AF663219

खिड्या

डॉ. घनश्याम बोरकर

ग्रंथाली

ग्रंथाली प्रकाशन क्रमांक ८७३

ISBN No. 978-93-5795-030-5

‘खेळिया’ कवितासंग्रह

डॉ. घनश्याम बोरकर

पहिली आवृत्ती : १४ ऑक्टोबर २०१८

© सौ. राजश्री घनश्याम बोरकर
१०३/१०४, टॉवर नं. ४७,
एव्हरशाईन मिलेनियम पॅरॅडाईज,
ठाकूर व्हिलेज, कांदिवली-पूर्व,
मुंबई ४०० १०१
drghanashyamborkar54@gmail.com
भ्रमणध्वनी : ९८३३४४७७२७,
९९३०४०४६६६

प्रकाशक
ग्रंथाली
१०१, १/बी विंग ‘द नेस्ट’
पिंपळेश्वर को-ऑप. सोसायटी
टायकलवाडी, स्टार सिटीसमोर,
मनोरमा नगरकर मार्ग, माटुंगा (प.)
मुंबई ४०० ०१६
दूरध्वनी : (०२२) २४२१६०५०,
२४३०६६२४
granthaliruchee@gmail.com

मुखपृष्ठ / मांडणी / रेखाटने / अक्षरजुळणी
सतीश भावसार

मुद्रितशोधन
डॉ. घनश्याम बोरकर

मुद्रक
इंडिया प्रिंटिंग वर्क्स,
इंडिया प्रिंटिंग हाऊस,
४२, जी. डी. आंबेकर मार्ग,
वडाळा, मुंबई ४०० ०३१

मूल्य २५० रुपये

कवितेचा भाव आणि माणुसकीची जाण
जिने माझ्या चित्तात रूजविली,
त्या माझ्या आत्यास (आईस)
कै. सौ. सीताबाई रामदास बोरकर

संगीत आणि सौंदर्य ह्यांचे संस्कार शिंपून
ज्यांनी माझे आयुष्य फुलविले,
त्या माझ्या बाप्पांस (वडिलांस)
कै. श्री. रामदास पांडुरंग बोरकर

ज्यांच्या कवितेतील कैवल्याच्या चांदण्याच्या
गाण्यांनी मला जोजविले
त्या माझ्या आबांस (कविवर्य बा. भ. बोरकर) यांस

आणि ज्यांच्या कवितेने उष:कालाची
स्वप्ने दाखवून मला जागविले
त्या कविश्रेष्ठ कुसुमाग्रज यांस

कृतज्ञतापूर्वक अर्पण

प्रस्तावना...

माझे निकटचे सुहृद डॉ. घनश्याम बोरकर यांच्या 'खेळिया' कवितासंग्रहाविषयी हे रसग्रहणात्मक टिपण लिहिताना मला अतिशय आनंद वाटतो. त्यांचा-माझा स्नेह दीर्घकाळचा न्हवे. तो गेल्या सात-आठ वर्षांचा. पण तो उत्कट स्वरूपाचा असे मला जाणवत आहे. कविश्रेष्ठ बा.भ. बोरकर जन्मशताब्दीचा शुभयोग हे आम्हा दोघांना जवळ आणणारे महत्त्वाचे कारण ठरले.

डॉ. घनश्याम बोरकर हे कवितेचे निस्सीम उपासक आहेत. बा.भ. बोरकरांच्या कवितेचे ते भक्त आहेत. पण नुसती भक्ती असून चालत नाही. तिचे डोळस परिशीलन करण्याची क्षमता त्यांच्यामध्ये आहे. ती त्यांनी वेळोवेळी त्यांच्या समर्थ लेखनातून आणि त्यांच्या कवितांच्या सादरीकरणामधून सिद्ध केलेली आहे. ते जेव्हा बोरकरांची कविता सादर करतात तेव्हा बाकीबाब बोरकरांच्या तोंडून कविता ऐकल्याचा आनंद मिळतो. गोव्यात झालेल्या काही कार्यक्रमांतून आणि पारनेरला झालेल्या कविश्रेष्ठ बा.भ. बोरकर जन्मशताब्दीच्या निमित्ताने झालेल्या खास कार्यक्रमात त्यांच्या प्रभावी सादरीकरणाचा आनंदानुभव घेता आाला. खूप धन्यता वाटली. ते बा.भ. बोरकरांच्या सर्वपरिचित कवितांची निवड करतात; त्याचप्रमाणे काही अनवट कवितांचे साभिनय अभिवाचन करतात. तेव्हा रसिकवृंदाची मने जिंकून घेतात. अलीकडे कवी बा.भ. बोरकर जयंतीच्या निमित्ताने पणजीच्या मिनेझिस ब्रीगांझा इन्स्टिटयूट या संस्थेच्या

भव्य सभागृहात डॉ. घनश्याम बोरकर यांचा **'घन वरसे रे'** हा अप्रतिम स्वरूपाचा बोरकरांच्या कवितेवरील कार्यक्रम झाला. त्या कार्यक्रमाची अभ्यासपूर्ण आणि त्यांच्या कवितेला समुचित अशी काव्यात्म शब्दकळा असलेलली संहिता त्यांचीच होती. बोरकरांच्या समृद्ध व्यक्तिमत्त्वाचे आणि संपन्न शब्दकळेच्या त्यांच्या कवितेचे प्रगल्भ आकलन हे डॉ. घनश्याम बोरकरांचे गुणवैशिष्ट्य त्यातून प्रत्ययास आले. ते बा.भ. बोरकरांचे पुतणे हा केवळ योगायोगच आहे. त्यांच्या सान्निध्यात बालपण घालवण्याचे भाग्य त्यांना लाभले. कवितेप्रमाणेच त्यांचे संगीतावरही प्रेम आहे. कवितेतील अंत:संगीत ओळखण्याची क्षमता त्यांच्याकडे आहे. पूर्वसूरींचा प्रभाव कवी बा. भ. बोरकारांच्या कवितेवर कसा आहे यासंबंधी डॉ. बोरकर यांनी व्यासंग केलेला आहे . त्यांच्या आणि मराठीतील अन्य महत्त्वाच्या कवींच्या शेकडो कविता त्यांना मुखोद्‌गत आहेत. तत्त्वज्ञानपर ग्रंथ आणि अध्यात्म त्यांनी अभ्यासलेले आहेत. कुसुमाग्रज, मंगेश पाडगांवकर, केशवसुत, भा.रा. तांबे, कवी यशवंत, बालकवी गोविंदाग्रज, कवी -बी, आरती प्रभु, ग्रेस, अनिल, शंकर रामाणी, पु.शि. रेगे, बोरकर हेदेखील त्यांचे आवडते कवी आहेत.

डॉ. घनश्याम बोरकर यांच्या प्रस्तुत कवितासंग्रहात वेगवेगळ्या वृत्तीप्रवृत्तींच्या कविता आहेत. कवी दोन्ही दृष्टींनी बोरकर घराण्यातील आहे. त्यांचे संस्कार या कवीवर आहेत. पण तेवढ्यावर तो थांबलेला नाही. वेगळी वाट चोखाळण्याचा या ठिकाणी निश्चित प्रयत्न आहे. या कविमनाच्या धारणा निराळ्या आहेत. या कवितासंग्रहात व्यक्तिमहात्म्यपर कविता आहेत. निसर्गानुभूतीच्या पार्श्वभूमीवर प्रेमभावना व्यक्त करणाऱ्या कविता आहेत. शरीर संवेदना, ही प्रेमकविता नाकारत नाही. यौवनाच्या नव्हाळीतील स्त्री-पुरुष यांच्या मोकळ्या शृंगारानुभूतिविषयक विषयांचा समावेश या कवितासंग्रहात आहे. आत्मपर भावना व्यक्त करणाऱ्या कविता आहेत.

हा कवितासंग्रह मला अत्यंत भावला, हे निखळपणे सांगू इच्छितो. डॉ. बोरकरांच्या कवित्वशक्तीच्या भावी विकासाच्या अनेक जागा प्रस्तुत कवितासंग्रहात आहेत. खरे पाहता हा संग्रह यापूर्वीच प्रकाशित व्हायला हवा होता. पण प्रगल्भ जीवनजाणीवेच्या उंबरठ्यावर तो प्रसिद्ध होत आहे, ही देखील समाधानाची बाब होय.

छंदोबद्ध कविता डॉ. बोरकरांनी आत्मसात केली आहेच; पण मुक्तछंद ही ते समर्थतेने पेलू शकतात हे त्यांनी या संग्रहातील कवितांद्वारे दाखवून दिले आहे. छंदांचा रियाज केल्याशिवाय मुक्तछंद हाताळता येत नाही हे कविवर्य अनिलांनी सिद्ध करून दाखविले आहे. त्यांचा पहिला काव्यसंग्रह **'फुलवात'** हा छंदोबद्धच होता. मुक्तछंदामुळे अभिव्यक्तीला मुक्त अवकाश लाभतो हे डॉ. बोरकरांनी प्रस्तुत संग्रहातील **'माझी चिरंजीवी शाळा - एक स्वगत'** आणि **'स्मशानातील स्वगत- एक कोलाज'** या दीर्घ कवितांतून परिणामकारकरीत्या दाखवून दिले आहे.

नजीकच्या कळात महानगरीय वास्तवावर आणि सांस्कृतिक स्थित्यंतरावर भाष्य करणारे प्रभावी दीर्घकाव्य डॉ. बोरकर लिहू शकतील असा विश्वास वाटतो.

वेगळी वाट चोखाळण्याचा या ठिकाणी निश्चित प्रयत्न आहे. या कविमनाच्या धारणा निराळ्या आहेत. या कवितासंग्रहात व्यक्तिमहात्म्यपर कविता आहेत. निसर्गानुभूतीविषयक कविता ही येथे आहेत. त्या अत्यंत प्रभावी आहेत. काही कविता चिंतनशील वृत्ती व्यक्त करणाऱ्या आहेत.

काही कवितांचा कल अध्यात्मिक अनुभूतीच्या प्रकटीकरणाकडे आहे. संगीताचा आणि रागदारीचा कवीचा अभ्यास असल्यामुळे यांतील बहुतांश कविता छंदोबद्ध आहेत. आधुनिक कवितेतील मुक्तछंदाचा प्रवाहही त्यांनी तेवढ्याच ताकदीने आत्मसात केलेला आहे. गझलरचना ही देखील या कवितांतआढळते. अशी ही कविता बहुरंगी आणि बहुढंगी आहे.

सर्वप्रथम व्यक्तिविषयक कवितांचा परामर्श घेणे आवश्यक वाटते. पूर्णवादी तत्वज्ञानाचे अध्वर्यू असलेले अलौकिक व्यक्तिमत्त्व म्हणून सद्‌गुरू रामचंद्रमहाराज पारनेरकर ज्ञात आहेत. त्यांच्यावरील प्रार्थनागीताची रचना डॉ. घनश्याम बोरकर यांनी केली आहे.

मर्मदृष्टीने जीवनाचे आकलन करताना या कवितेत कवी उद्‌गारतो :

संघर्ष हाचि आहे पुरुषार्थ मानवाचा
संघर्ष हाचि आहे आनंद जीवनाचा
संघर्ष हीच मुक्ती, उद्‌घोषी मंत्र न्यारा ।।

"तू आत्मभानदाता, सदसद् विवेकतारा आहेस" असे सद्‌गुरूंना उद्देशून कवीने म्हटलेले आहे.

शारदेचा वरदहस्त लाभलेल्या कविश्रेष्ठ बा.भ. बोरकरांवरील आरती, कवीने रचलेली आहे. समर्थ शब्दकळा असलेली बोरकरांची कविता. सार्थ शब्दांत कवीने त्यांचा गौरव केला आहे. समर्थ वाणीत येथे कवी उद्‌गारतो :

काव्यप्रतिभे, कवन वर दे
रदविश्रब्धे, शब्द रद दे
चित्रप्रतिभे, रंग शर दे
रसप्रसविणी, सरस रस दे
आत्मप्रतिभे, सघन स्वर दे
कैवल्यरव दे, स्फुरण रव दे
सृजनवर दे, सृजन वर दे
चैतन्यसुभगे, प्रणव लय दे
आनंदजनने, जनय लय दे
वाग्विलासिनी प्रकट लय दे

या काव्यगुणांचा समुच्चय बा.भ. बोरकरांच्या कविप्रतिभेत झालेला आहे, म्हणून कवीने त्यांची आरती गायली आहे.

कुसुमाग्रजप्रतिभेचा गौरवही कवीने पाच कडव्यांच्या कवितेत केलेला आहे. त्यांच्या प्रतिभेविषयी आणि प्रज्ञेविषयी या कवीच्या मनात नितांत आदराची भावना आहे. कवी उद्गारतो :

अंधार जेव्हां दाटला तव शब्दची झाले दिवे
अंगार बनुनी पेटले हे अंतरीचे काजवे
कवनसमिधा चेतवीती आत्मयज्ञाचि प्रभा।।

परमपूज्य सद्गुरू श्रीविष्णुमहाराजांच्या अमृतमहोत्सवी वर्षानिमित्त गौरव करताना कवी उद्गारतो :

शब्दांतुनि तव परिमळे रे आत्मतेजाची फुले
प्रपंचातहि उमलती परमार्थकमलाची दले
वाणी तुझी कल्याणकारी, आत्मबोधप्रदायकम्।।

'मृगजळ' या गझल मध्ये कवीचा आत्मभाव पुढील शब्दांत व्यक्त झाला आहे:

जी पाहिली मी स्वप्ने, कांक्षा, अदम्य आशा
चक्रव्यात हिंडण्याचे माझेच ध्यास होते।।
प्यालो तृषार्तने ही मृगजळाची माया
पूर्णत्व शोधिले जे, शून्यात खास होते।।

'श्याम-ए-गम की गझल' मध्ये आयुष्याच्या जमाखर्च मांडताना कवी उद्गारतो-

जगलो कुणासाठी, कशासाठी न मजला उमगले:
दिशान्ध मेघाच्यापरी आयुष्य फिरवित चाललो ।।
सुर्याचि जळती आसवे रिचवूनी तृष्णा शमविली
तृप्तीत आगीच्या अशा हृदयास भिजवीत चाललो ।।

'हिशोब' या गझलमध्ये कवी आपल्या मनातील दुखरी नस मुखरित करतो :

दशदिशांचे उंबरे झिजवित हे आयुष्य गेले
तेज:करणांचे दान मी कोणाकडून घेणार होतो?
निरर्थ जगण्याचा वसा मी प्राक्तनी घेऊनि आलो
मरुनहि मी तो ठसा आता कसा पुसणार होतो?

'शारदेस' उद्देशून कवी म्हणतो...

नसशील ग माझी कधी
नव्हतीस तू माझी मुळी

स्मरणात मग तु पुन:पुन्हा
का कमलिनीपरि उमलसी।।

शारदेवर कवीची निस्सीम भक्ती आहे. हे आंतरिक नाते अधोरेखित करताना कवी उद्‌गारतो :

हे कोणते नाते असे?
का गीत मी गातो तुझे?
अनादि ललने, प्रेरणे
हे भाव का मनि रुजविसी?।।

कवितेच्या निर्मितिप्रक्रियेचे रहस्य कवीला नेमकेपणाने उलगडलेले आहे. त्यावेळच्या भावावस्थेचे वर्णन करताना तो उद्‌गारतो :

आवेग विजेचे ज्यांचे तो जन्म भारला होता
प्रत्येक शुक्र आकाशी नव सृष्टी निर्मित होता।।
वाटावे वाण जगाला, लेऊनि सतीचे लेणे
ती चिता कधी पेटावी, हे देवाघरचे देणे।।

काव्यनिर्मितीचा क्षण ही अननुभूत आनंदाची ऊर्मी असते. त्याचे वर्णन करताना कवीने म्हटलेले आहे :

ज्वालामुखी हसला जेव्हा त्या वसुंधरेच्या पोटी
ओंकार उमटला होता, नवतृणांकुरांच्या ओठी

या कवितासंग्रहातील प्रेमभावना व्यक्त करणाऱ्या कवितांचा थोडक्यात परामर्श घेणे आवश्यक आहे. **'सखीस...'**, **'अनोळखी होऊ पुन्हा'**, **'तिन्हीसांज'**, **'रुजवात'**, **'हे किशोरी अल्लड बाले'**, **'हिमपरी'** व **'परिपूर्ती'** या कवितांत उत्कट प्रीतिभावना व्यक्त झाली आहे.

'सखीस' या कवितेत सुरुवातीला, प्रीतिभावनेची सार्थकता असते हा विचार अधोरेखित झाला आहे. नायक नायिकेला म्हणतो :

क्षणोक्षणी, मनोमनी जळतेस ज्योतीपरि
मिळविण्या अधिकार माझ्या अणुरेणुवरि।।

प्रेयसीला प्रियकराने येथे आवाहन केले आहे:

हवा नवा सारीपाट, नव्या सोंगट्या मांडू या।
जन्मांतरीचा हा डाव पूर्णार्थिने ग खेळू या ।।
शक्ती, रुप, बुद्धी, भेद आता सरला सरला
तुला वरूनि सखि ग, माझा मीपणा हरला ।।

'अनोळखी होऊ पुन्हा' या प्रेमकवितेत सहजभाव आणि कोवळीक विलोभनीय आहे. ही संपूर्ण कविता म्हणजे प्रीतिभावनेची मुक्त अभिव्यक्ती आहे. आपल्या

प्रेमभावनेचा वेगळेपणा या कवितेतील प्रियकर व्यक्त करतो.

या प्रेमभावनेची पूर्ती अद्वैतानुभूतीत व्हावी अशी आकांक्षा प्रियकराने बाळगली आहे.

एक ज्योति नि एक दीप्ति, किरणवाटा वेगळ्या
एक तृप्ती नि एक मुक्ती, मरणलाटा वेगळ्या
संगमातुनि जाऊया ग, उगमी गर्भासारखे ।।

'तिन्हीसांज' या प्रेमकवितेत निसर्गानुभूती आणि प्रेमानुभूती यांची समतानता साधलेली आहे. कवी उद्‌गारतो :

बुडाली पुन्हा द्वारका सोनियाची
पुन्हा पाऊले विव्हळ रंग:शरांनी
गोविंद विमनस्क हसला मनाशी
कालिंदीची डोळिया याद आली ।।

'रुजवात' या कवितेत ऐन तारुण्यातील अवखळ शृंगारानुभूतीला शब्दरूप देण्यात आले आहे. शरीर संवेदनेचा मुक्त अविष्कार या कवितेत आढळतो. प्रीतिभावनेची सुकुमारता त्यात व्यक्त झाली आहे.

ते श्वास तुझे, माझे झाले
रंध्रांत उमलली मोरपिसे
ती देहधनु हलली, डुलली
लागले लयीला इंद्रपिसे ।।

'हे किशोरी, अल्लड बाले' या कवितेत नवथर प्रीतीचे क्षणतरंग तरल अनुभूतिद्वारा टिपलेले आहेत. **'हिमपरी'** या कवितेत प्रीतीच्या उन्मादक क्षणांचे चित्रण कवीने केलेले आहे. **'परिपूर्ति'** मध्येही प्रणयातुर प्रियकराच्या मनातील भाव प्रकट झाले आहेत.

'उन्मनी' आणि **'डोह'** या वेगळ्या अनुभूतीच्या कविता आहेत. या कवितांत अध्यात्मिक स्पर्श आहे. **'उन्मनी'** या कवितेत कवी म्हणतो :

आकाशाची झेप
क्षितिजापर्यंत
उमजोनि अंत
हासला उन्मनी ।।

लौकिकाच्या परिघाबाहेर येथे कविमनाचा संचार होताना दिसतो. लोकान्तापेक्षा ते एकान्तात अधिक रमते.

'डोह' या कवितेत कवी उद्‌गारतो :

झिजावे चंदन
सहाणेला सिद्धी
प्रकाशित बुद्धी
मालवू या ।।

'अभंग मी उरात' या कवितेत कवीचे जीवनविषयक तत्त्वज्ञान पुरेपुर उतरले आहे. सुख-दु:खाच्या संमिश्र अनुभवांच्या मुशीतून, आशा-निराशेतून, संघर्षामधून त्यांचे व्यक्तित्त्व घडलेले आहे. कुठल्याही प्रकारची कटुता या मनाला स्पर्श करीत नाही. समाधान वृत्ती या मनात वास करीत आहे.:

असण्याला अंत असे, नसण्याची खंत नसे
लाभले न भाग्य, तरी ते मला पसंत असे
अस्तित्वाचा सुगंध दरवळो दिशात।।

'चैत्रपुनवेची रात आली ' आणि **'चैत्रराज'** या निसर्गाविषयीच्या कविता आहेत. मानवी भावभावनांचे प्रकटीकरण त्यात झालेले आहे.

'स्मशानातील स्वगत- एक कोलाज' ही वेगळ्या प्रकारच्या अनुभूतीची कविता आहे. एकीकडे ती अतिवैयक्तिक आहे; तितकेच तिचे आवाहन सार्वजनीन स्वरूपाचे आहे. कृतज्ञ आणि संवेदनशील पुत्राने आपल्या कर्तव्यदक्ष पित्याला त्याच्या मृत्यूप्रसंगी वाहिलेली ही श्रद्धांजली आहे. वियोगाचा क्षण क्लेशदायी असतो. पण काळजावर दगड ठेवून, आपल्या पित्याने जाताना मागे काय संचित ठेवले आहे याचा मागोवा घेण्याचे भावसामर्थ्य या कवीकडे आहे. गतिमान युगातील पिता-पुत्र संबंध निराळ्या प्रकारचे झाले आहेत. भावविवशता हा या काळाचा स्थायी भाव नव्हे. पण काळ कोणताही असो, भावनाप्रधानता माणसाला सोडून जाता कामा नये. विशेषत: ज्या वडिलांनी प्रतिकूल परिस्थितीत, ओढगस्तीचे जीवन जगत असताना कुटुंबविषयक कर्तव्ये निष्ठेने पार पाडली, त्याविषयीचा जाणीवपूर्वकतेने रेखाटलेला हा आलेख आहे. या अनुभूतीला आकार देण्यासाठी कवितेचा रसबंध अपरिहार्य होता. या अभिव्यक्तीला मुक्तछंद अनुकूल ठरला आहे. यातील प्रत्येक उद्गाराला भावनेचे बळ आहे. आर्ततेला आवेग-प्रवेग आहे. शब्द त्यांच्या वजनाने आलेले आहेत. बालपणासूनची जागविलेली संस्मरणे वडिलांच्या अथक जीवनयात्रेवर प्रकाश टाकतात. त्यांच्या अंत्यविधीप्रसंगीचे केले गेलेले विधी, संस्कार सजग भान ठेवून वाचायला हवेत. तपशिलांतून आणि तपशिलांच्या मोकळ्या जागांमधील वडिलांविषयीच्या मुलाच्या भावना समजावून घ्यायला हव्यात.

या कवितेचा शेवटही अतिशय भावनोत्कट झाला आहे. परिणामकारक झाला आहे. यातील मुक्तछंदाला त्याची स्वत:ची लय आहे :

तुझ्या चितेची चिमुटभर राख आणि तुझे अनंत आशीर्वाद
ललाटावर मिरवीत,
मी आता स्मशानाबाहेर निघतोय बापा
माझं उर्वरित आयुष्य आनंदाने आणि चैतन्याने साजरे करायला,
तुझ्याशिवाय पण,
तरीही मनाच्या खोल खोल एकाकी कप्प्यात
तुला अलगद साठवीत, शिंपल्यातल्या मोत्यासारखं.

'माझी चिरंजीवी शाळा एक स्वगत' ही या कवीची संस्मरणात्मक दीर्घकविता, ही या कवितासंग्रहातील एक उत्कृष्ट कविता आहे. तिचा उल्लेख यापूर्वी आलेलाच आहे. ज्या शिक्षकांनी आणि शैक्षणिक परिसराने कवीचे संवेदनाक्षम वयात भावजीवन समृद्ध केले आणि उज्ज्वल भविष्यकाळासाठी पाथेय पुरविले त्याविषयीची कृतज्ञतेची ओंजळ येथे वाहिली आहे. या कवितेतील तपशील हवेहवेसे वाटणारे आणि हृद्य वाटतात.

'माझी लाडकी शाळा' या कवितेचा समावेश या संग्रहात आहे. ती गीतस्वरूप आहे. या दोन्ही कविता, कवीला जुन्या काळात फिरवून आणतात.

'उडुनी जा रे पाखरा' ही डॉ. घनश्याम बोरकर यांची उल्लेखनीय कविता आहे. सखोल आशयाची ही कविता, मानवी जीवनाच्या सम्यक पैलूंच्या निरीक्षणातून आणि निसर्गानुभूतीतून फुलत गेलेली आहे. रचनेच्या दृष्टीने ती गेय कविता आहे. ती छंदोबद्ध आहे. समकालातील कवितेच्या निकषांनुसार, अशा प्रकारच्या कवितांचे आजकाल अवमूल्यन केले जाते. अशा प्रकारचे मत पूर्वग्रहांवर आधारलेले असते. अंतरंग न समजून घेता वरपांगी आकलनावर ते अवलंबून असते. पण सूक्ष्मतेने कविमनाच्या चिंतनाचा गाभा शोधला तर कवितेतील मूल्यभाव जाणवतो.

उडूनि जा रे पाखरा, हे गगन तुज नादावते
पंख पसरुनि झेप घे रे, क्षितिज तुज बोलावते

या ओळींतील आवाहन व्यापक गगनाला गवसणी घालण्यास प्रेरित करणारे आहे. या कवितेतील पाखरू हे केवळ पाखरू, राहात नाही. ते प्रतिकरूप बनते. विजिगीषु मानवाला महत्त्वाकांक्षेचे पंख फुटावेत अशी कवीमनाची अपेक्षा आहे.

गगनभेदि गिरिविण अणु नच जिथें उणें
आकांक्षांपुढति जिथें गगण ठेंगणें

या श्रीपाद कृष्ण कोल्हटकरांच्या ओळींचे येथे सहज स्मरण होते.

'उडुनी जा रे पाखरा' या कवितेतील भावनाशय फुलत जाणारा आहे. संघर्षातून वाट काढीत यश:सिद्धी प्राप्त करण्यासाठी तो प्रेरणा देणारा आहे.

सप्तसागर पार कर... नवे कर्तृत्वगाणे गा... विरहदु:खातून जीवनाचे नवे स्वर

स्फुरतील. वाळवंटात विहरताना तुला मृगजळे भुलवतील... किर्र रानातून फिरताना श्वापदे भिववतील. संकटांशी तोंड देताना कधी तरी तू थकशील... एकाकीपणा जाणवून कदाचित तू रडशील.

अशा वेळी कवीच्या दिलासा देणाऱ्या ओळी येतात..

तेधवा स्मर आपुले ते दिवस रे घरट्यातले
तेवणारे प्रेम तुझिया आईच्या नेत्रांतले

सोयरे नसतील भवती, सांगण्या जय-यश कथा
जांभळ्या मेघास वद रे, अंतरीच्या तव व्यथा

'जांभळ्या मेघास वद रे, अंतरीच्या तव व्यथा' हा आशय खूप काही सुचवून जाणारा आहे.

मारुतीपरि उडुनिही ना अंतराळा अंत रे
अन्ति शिखरी बैसणे, गरूडास ना गति अन्य रे।
कोणा कळे उडणे असे हे, गति की रे अगतिकता
प्रगतिच्या वाटा खऱ्या की ही खरी नियतीकथा?

या ओळींमुळे या कवितेला अधिक अर्थवत्ता प्राप्त झाली आहे.

'तू कसाही उड परी आनंदगाणे गात रे' हे जसे पक्ष्याला उद्देशून व्यक्त केलेले हृद्‌गत आहे तसेच ते कविमनातील अंत:सूत्र आहे.

'दिव्य स्वर-गान दे' हे देवी सरस्वतीचे स्तवन आहे. देवी सरस्वती मानवी जीवनात कोणती किमया घडविते, केवढे परिवर्तन घडवून आणते हे अनेक उपमा-प्रतिमांच्या सहाय्याने कवीने वर्णिलेले आहे. त्यासाठी मूळ आशय समजावून घ्यायला हवा. अमोघ शब्दकळेचे वरदान या कवीला लाभलेले आहे. कृतज्ञ मनाची ओथंबलेली भावधारा या कवितेत अनुभवायला मिळते. आपल्या संस्कृतीत विविध कलांची दात्री असणाऱ्या या वाग्देवीला किती महत्त्वाचे स्थान दिले आहे हे येथे कळते.

अक्षरांतुनी मंत्र वदविशी
स्वरातुनी संगीत सजविशी
अनाहताच्या उगमामागील
स्फूर्ती, लय, जाण दे
सरस्वती, दिव्य स्वर-गान दे।।

या आशयातून ते जाणवते.

या कवीची आकांक्षा कोणती? देवी सरस्वतीला त्याला काय समर्पण करायचे आहे? हे कवीच्याच शब्दांत जाणून घ्यायला हवे:

कर्म, फल नि कर्तृत्त्व दाहतो
'मी', 'माझेपण' तुला वाहतो
चित्ताला कल्याणप्रवाही
चिंब जल-स्नान दे
सरस्वती, दिव्य स्वर-गान दे।।

माणूस जीवन जगत असताना आपण कुठवर आलो, आपण कोणती सुख-दु:खे भोगली, ऐन संकटाच्या वेळी जीवनसंगरातून माघार घ्यावीशी वाटली असता आपणास कुणी कुणी तारले याचा शोध घेत असतो. संवेदनशील कवी हा आत्मशोध उत्कट मनोवृत्तीने घेत असतो. नेमकी हीच प्रक्रिया **'मी उगाच उरलो होतो'** या बोरकरांच्या गझलसदृश रचनेत आढळते.

आयुष्याचे दान व्यर्थ मी करून बसलो होतो
युद्ध खेळुनी द्वंद्वांचे, मी उगाच हरलो होतो।।

या ओळीतून कवितेचे आशयसूत्र अधोरेखित झाले आहे. कवितेत सूत्रमय पद्धतीने भावसत्य कथन करून भागत नाही. विचार, भावना आणि संवेदना यांची उचित अशी एकत्रित गुंफण करून त्याचा परिपोष करावा लागतो. जीवनाचे हलाहल पचवीत असताना, दाहक वास्तव निमूटपणे स्वीकारत असताना आयुष्याचा जमाखर्च कविमन तटस्थतेने मांडते:

पावित्र्य मिळविण्या अग्नीचे, यज्ञात मीच गुरफुटलो
प्रारब्धाची काष्ठे जाळित धुरात त्या गुदमरलो
हट्ट घेऊनी सूर्याचा, मी उगाच जळलो होतो.।।

'माझेच मला कळले तेव्हां मग 'तो मी' उरलो नव्हतो.' अशी मनाची भावावस्था होते.

'आता तरी तू येशील का?' या कवितेत प्रेमभावना व्यक्त झाली आहे. नवथर तारुण्यातील कविमनातील प्रीतिविभ्रमांची थरथरती स्पंदने या कवितेतील चार कडव्यांतून प्रकट झाली आहेत. निसर्गानुभूतीचा आलंबन विभाव इथे आहे. पूर्वसूरींच्या पाऊलखुणा या काव्यभाषेत आढळतील हे खरे. पण यातील भावकोमलतेचा स्वर मनाला मोहविणारा आहे. यात प्रीतिसंवाद करणारी प्रेयसी आहे. प्रीतिभावनेतील अद्वैत प्रकट करणारा आशयदेखील नितांत रमणीय आहे :

वृक्षवराला लता बिलगली
द्वैत जगातिल विसरुन गेली
पर्णफुलांनी अता बहरली
तशी मला फुलविशील का?

'तुझेच होते गाणे' या प्रेमकवितेच्या आशयात जीवनातील सुखदु:खाची प्रतिबिंबे आढळत असली तरी समग्रतेने तृप्तीची भावना प्रकट झाली आहे. उदाहरणार्थ,

कधि ग्रीष्माची जाळि उन्हे, अन् कधि चांदणे होते
आकाशाच्या अनुभुतीतहि तुझे नांदणे होते।।

कवितेच्या शेवटी व्यक्त झालेला उत्कट भाव तिला वेगळ्या उंचीवर नेणारा आहे-

रितेपणातुनि आज ल्यायलो दिव्यत्वाचे लेणे
विरतो आता तुझ्या स्वरातचि, पुन्हा न परतुन येणे

ही देखील गझलसदृश रचना आहे.

'पूर्णकाम' ही गझलसदृश्य रचना आहे. या कवितेतील भावानुभूतीचे स्वरूप काहीसे निराळे आहे. जीवनातील तृप्तीचे क्षणतरंग या कवितेत व्यक्त झाले आहेत. सृजनशीलतेशी त्यांचे निकटचे नाते आहे. अमोघ शब्दकळेतून ओथंबून आलेल्या आशयाचे नितांत रमणीय रूप येथे आढळते.

आग पेटली दीप्तीची अन् वारा अवचित सुसाटला
हिरण्यगर्भांचे शतकोटी तेज प्रकटले नभातुनी।।

हरित तृणातून, तरुवेलीमधून सृजनाचा जल्लोष उडत आहे.. रंग, रूप, रस, गंध, नाद आणि स्पर्शाच्या संवेदना मातीच्या शतकणांतून जाणवत आहेत. अशा वेळी कविमनातील लौकिकाचे बंध तुटलेले आहेत. स्वानंदाच्या लयीत कवी उद्गारतो :

चित्त तप:पुत स्फटिक जाहले, अवकाशा आयाम नवे
'पूर्णकाम' मी सच्चिद् सुंदर आनंदाच्या घनातुनी

'मधुराभक्ती' ही घनश्याम बोरकरांची लक्षणीय कविता आहे. प्रीतिभावनेच्या संस्मरणीय क्षणांची मृदुमधुर शब्दकळेत कविमनाने रंगविलेली ही विलसिते आहेत.

यातील आशय मुळातून अनुभवायला हवा. यातील निळाईचे विभ्रम मनात आनंदानुभूती निर्माण करणारे आहेत. उदाहरणार्थ,

चंद्र उगवला निळा, घेउनी निळ्या चांदण्या, राती
निळ्या प्रकाशी विहरत गोपी हात घेउनि हाती।।
सखा निळा अन् निळ्या साजणी, निळी जाहली सृष्टी
द्रष्टा, दर्शन निळे निळे अन् निळी जाहली दृष्टी।।

समृद्ध प्रतिमाविश्व, रंगानुभूतीचे विलोभनीय विश्व आणि शब्दसौष्ठव यांचा त्रिवेणी संगम या कवितेत झालेला आहे.

'उपनिषत्सु' या कवितेत प्रख्यात चित्रकार वासुदेव कामत यांचे चित्रप्रदर्शन पाहून कवीच्या मनात जे भावतरंग उमटले, त्यांना शब्दरूप दिले गेले आहे. कवी उद्गारतो :

रंग उमलती जननांतरीचे, सौम्य कधी, कधि गडद छटा
नेणीवेतुनि जणु प्रकटती ऋषीमुनिंच्या ज्ञान जटा
अणुरेणूंतुनि रंगांच्या त्या, पांडुरंग मी ऐकवितो।।

'परब्रह्म' या कवितेतील आशय अनवट स्वरूपाचा आहे. कंटाळा आलेला कुणालाच नको असतो. जीवन नीरस बनविणारे हे प्रयोजन कुणालाच नको असते. पण या ठिकाणी ती भावात्मक अनुभूती बनून आली आहे. उदाहरणार्थ,

सृजनाचे गर्भ कंटाळ्याच्या पोटी
जेणे जगजेठी सुखावतो।।

कवितेचा शेवट कवीने वेगळ्या अध्यात्मिक पातळीवर नेला आहे.

कंटाळा जीण्याचे मूलाधार-चक्र
कुंडलिनी वक्र, प्रवृत्ती ही।।

परमेश्वराने निर्मिलेल्या सृष्टीकडे सकौतुक आणि रसिक वृत्तीने आकंठ पान करणारा कवी त्याच्या अगाध लीलांचा **'भाट'** असतो. शब्दांच्या किमयेने तो त्याच्या विभ्रमांना प्रतिसाद देत असतो. हे आशयसूत्र घेऊन कवीने विविध उदाहरणांनिशी त्याचा परिपोष केला आहे. उदाहरणार्थ,

कालनदितटि खेळती रवि, चंद्र, बुध, तारांगणे
तिमिर-तेजाची घडे, विघडे कधी आलिंगने
नाट्य हे छाया-प्रकाशी पाहतो नित कौतुके।।

परमेश्वर आणि त्याचे स्तवन करणारा भक्त अन कवी यांचे नाते अत्यंत जिव्हाळ्याचे आहे. या कवीची त्याच्याविषयीच्या भक्तीची अनुभूती शब्दातीताची. अस्थि-मांस-त्वचा यांच्या पलिकडील गूढ अशा या संवेदना कविमनाला जाणवतात. त्यांना येथे भक्तीभावनेने शब्दरूप देण्यात आले आहे. कवी उद्‌गारतो :

दुःखकमळाच्या, जगात, सहस्त्रकोटी पाकळ्या
विवेकमधु परि स्त्रवतसे प्रत्येक दुःखी आगळ्या
भ्रमर मी, कमळातुनी मधु-पान करितो कौतुके।।

'देवतळी' या कवितेत निसर्गानुभूतीची आल्हाददायी क्षणचित्रे रेखाटली आहेत. तितक्याच चित्रमय शैलीत. यातील तरलता मनाला भावणारी :

तळ्यातल्या तरंगशून्य पाण्यात
तरंगतोय एक पांढराशुभ्र, राजस, राजहंस,
सोनेरी उन्हात न्हात, न्हात.
आणि निरखतो आहे निळ्या पाण्यात
आपलेच अलौकिक सुंदर रूप
अविचल, तृप्त नजरेने.

अशा आसमंताच्या पार्श्वभूमीवर कविमनातील ओसंडणाऱ्या भावभावनांचे प्रकटीकरण झालेले आहे. अनेक संवेदना त्यांत एकवटलेल्या आहेत. लौकिक अनुभूतीकडून अलौकिक अनुभूतीकडे कविमनाने घेतलेली उत्तुंग झेप कवितेच्या शेवटच्या कडव्यात दिसून येते. देवळासमोरच्या तळ्याचा शांत निवांत परिसर आणि कविमनाची समधान वृत्ती यांची गळामिठी येथे पडलेली आहे. वास्तविक पाहता नि:शब्दतेची ही परिसीमा आहे.

'खेळिया' ह्या कवितासंग्रहातून अशा बहुरंगी, बहुढंगी कवितांमधून, डॉ. घनश्याम बोरकर ह्या कवीचा मनाला मोह पाडणारा प्रतिभा-विलास दिसून येतो. मराठी रसिक जन ह्या **'खेळिया'** चा प्रेमाने आणि कौतुकाने स्वीकार करतील ह्याची मला खात्री आहे.

'खेळिया' ह्या काव्यसंग्रहाच्या निमित्ताने डॉ. घनश्याम बोरकर ह्यांचे मी मन:पूर्वक अभिनंदन करतो आणि त्यांच्या पुढील काव्यप्रवासासाठी अंत:करणातून शुभेच्छा देतो.

'शुभास्ते पंथानः सन्तु'

- प्रा. सोमनाथ द. कोमरपंत
मडगाव, गोवा

दोन शब्द...

डॉ. घनश्याम बोरकर यांचा **'खेळिया'** हा पहिला काव्यसंग्रह आहे. प्रथितयश कवीची सारी प्रतिभा त्यात एकवटली आहे. कवीवर्य कै. बाकीबाब बोरकरांशी त्यांचे नाते आहे आणि तो वारसा डॉ. घनश्याम बोरकर यानी हळुवारपणे जपला आहे. बोरकर म्हटले की प्रसन्न कविताच असणार ही खात्री असते. तिला कुठेही धक्का लागलेला नाही.

कविता ही सध्या गवताऐसी उदण्ड माजली आहे. पूर्वी वृत्ते, मात्रा, छंद माहीत असल्याखेरीज कविता करायला कुणी धजत नसे. पण गेल्या आठ शतकातील काही श्रेष्ठ कवींनी अभंग आणि ओव्या रचल्यानंतर अनेकांना काव्य करणे सोपे झाले आहे. मोरोपंती श्लोकांची, यमकांची, शैलीची, वर्णनांची बंधने राहिली नाहीत. नल-दमयंती स्वयंवरासारखे काव्य आता गंगेच्या, भीमेच्या काठी हरवले आहे. गेल्या शतकात मुक्तछंद इतका मुक्त नाही, तर स्वैर झाला की पिंपातल्या उंदरांना ही कवितेत स्थान मिळाले. पूर्वीच्या कवितेत बीभत्स, व्रात्य रस सोडून सर्व रस होते. आताच्या काळात कवितेला बीभत्साचा ही स्पर्श झाला आहे. दिवाळी अंकात शेकडो कविता प्रसिद्ध होतात आणि विसरल्या जातात.

अशा पार्श्वभूमीवर पुन: एकदा, *'एक तुतारी द्या मज आणुनि। फुंकिन जी मी स्वप्राणाने'* असे मनात येऊन, घनश्यामजीनी आपल्या कविता लिहिल्या आहेत.

डॉ. बोरकरांचा हा जरी पहिला काव्यसंग्रह असला तरी प्रतिभेचा स्पर्श त्यांच्या प्रत्येक कवितेला झाल्याचे स्पष्ट आहे. त्यांच्या बहुतेक कविता छंदोबद्ध आहेत. **'खेळिया'** ह्या डॉ. बोरकरांच्या कवितासंग्रहातील कवितांमध्ये प्रसाद तर आहेच पण त्या बरोबरीने पदलालित्यही आहे आणि अर्थगौरवही आहे.

घनश्यामजींच्या कवितांमध्ये एक दुर्दम्य आशा आहे. अभागी होण्याऐवजी सभागी होण्याची भाषा आहे. म्हणून ते म्हणतात,

'सागरास आचवीन, होऊनी अगस्ति मी। '
यमालाही लाजवीन, होऊन दधिची मी'

'खेळिया' ह्या कवितेतील, त्यांच्या शब्दकळेची रूपे पाहण्यासारखी आहेत.

तू झुल्यावर झुलविले, मी घसरणीवर घसरलो
आकाशवेधी उंच झोके घेउनी मी बहरलो
पाळण्यातुन उतरु दे, आणि पुनः बसवू नको
संपण्याची वेळ झाली, खेळिया खेळू नको।।

यातला 'आकाशवेधी' हा शब्द आपले लक्ष वेधून घेतो.

डॉ. बोरकरांचा आशावाद किती दुर्दम्य आहे, हे सांगणाऱ्या 'अवधूत मी' ह्या कवितेतील ओळी बघा..

प्रकाश पुष्पांची दले ही, अंतरी मम उमलती
पूर्णवादांच्या ऋचांचे पंथ निर्मुनि चालतो।।
प्रतिदिनी अन् प्रतिक्षणी रे, होत आहे रिक्त मी
रिक्ततेतुन पूर्णतेचा ध्यास घेउनि चालतो।।
आता खरा अवधूत मी, आता खरा आनंद मी
शून्य मी, माझाच मजला पूज्य होउनि चालतो।।

घनश्यामजी स्वतःला 'शून्य' समजतात हा त्यांचा विनय असला तरी त्याच ओळीत ते स्वतःला 'पूज्य' ही समजत आहेत. 'पूज्य' शब्दामधला श्लेष विलक्षणीय आहे. प्रतिभेचे ते 'नवनवोन्मेषशालिनी' स्वरूप आहे.

पूर्वीचे कवी जसे सुरुवातीला ईशस्तवन, गुरूस्तवन करायचे तसंच त्यांनीही केले आहे.

जय रामचंद्र सद्‌गुरू भवत्रिविधतापहारा
जयघोष पूर्ण पुरुषा करी आसमंत सारा।।
नास्तिक्य ही विफलता, आस्तिक्य ही प्रभुता
उपासना ही शक्ती, उपासना सफलता
साकारी ईश महिमा मनुजात शिल्पकारा।।

अशा रीतीने ते गुरूचे, देवाचे स्तवन करतात. स्वतः कविराज असूनही त्यांनी

कवीवर्य बाकीबाब बोरकरांची आरती सुरुवातीलाच गायली आहे.

'बोरीच्या भगवंतपुत्रा कविवरा तव आरती
शारदावरदात्मजा श्री कविवरा तव आरती।।धृ.।।
प्रतिभा तुझी नक्षत्रगर्भी, नादगर्भी चित्कला
आत्मप्रस्फुट शब्दि तुझिया रुंजती स्वरमेखला
हास्य-लास्य महोत्सवी लावण्यलीला नाचती।।'

बाकीबाबांप्रमाणेच कुसुमाग्रजांनाही 'जयोस्तुते कुसुमाग्रजा' ह्या कवितेत डॉ. बोरकरांनी काव्यांजली वाहिली आहे.

कवि म्हटला की त्याचा एक सुप्त अहंकार असतो. हा अहंकार 'स्तोत्र मीपणाचे' ह्या कवितेतून प्रतीत होतो.

'माझ्यातच चंद्र, सूर्य, नभ, तारे
माझ्यातच वारे चैतन्याचे।
माझे हे मीपण तेच देवपण
त्याचेच पूजन करीन मी।।
नको तुझी कृपा, नको तुझे छत्र
स्वर्जित संचित लाभो मला।।

डॉ. घनश्याम बोरकरांची कविता एखाद्या फुलावर, फुलपाखराने जशी रूंजी घालावी, तशी रूंजी घालत जाते.

डॉ. बोरकर आनंदयात्री आहेत. स्वतःला ते अभागी न समजता, सभागी समजतात. म्हणूनच ते लिहून जातात

सभागि मी, सुधीर मी, अनादि मी, अनंत मी,
विफलतेस रडविण्या साधनेत दंग मी ।।

एवढा दुर्दम्य आशावाद असलेला हा कवी. परंतु तरीही 'रामधून', 'पुरे झाले', 'एखाद्याचे भाग्य', 'मृगजळ', 'श्याम-ए-गमकी गझल' अशा अनेक कवितांमधून विषण्णतेचा सूर गाऊन जातो. अशा अनेक कवितांमधून, कवीच्या मनाची वांझोटी तडफड, वैफल्य आणि वैराग्य पहायला मिळते.

डॉ. बोरकरांची कविता प्रेमाच्या सर्व छटाही दाखवते. नवथर प्रेम, समर्पणाच्या वेळची उत्सुकता, रतिरंग, विरह, प्रणय हे सर्व भाव त्यांनी त्यांच्या कवितांमधून समर्थपणे व्यक्त केले आहेत. 'सखीस', 'अनोळखी होऊ पुन्हा', 'तिन्हीसांज', 'रुजवात', 'हे किशोरी अल्लड बाले', 'हिमपरी', 'परिपूर्ती' अशा विविध कवितांमधून स्त्रीशक्ती विषयीच्या सख्यभाव, कामभाव, प्रणयभाव, प्रेमभाव ह्या सगळ्यांचे अतिशय मनोज्ञ असे दर्शन घडते.

कविता ही कविमनाचा आरसा असते. त्याच्या भाव-भावनांचे कल्लोळ त्यात

चित्रित होतात. कविता म्हणजे कल्पनांच्या लाटांवरील शुभ्र तुऱ्यांसारख्या असतात. खऱ्या कवीला 'र ला र' व 'ट ला ट' असे जुळवावे लागत नाही. संस्कृतमध्ये जसे वृत्त साधण्यासाठी निरर्थक 'च वै तु ही' यांचा प्रयोग नवशिके करतात. तसेच काही शब्द ओढून ताणून आपल्या कवितेत घालावे लागतात.

पण कवी डॉ. घनश्याम बोरकर याला अपवाद आहेत. शब्दाची कुठलीही ओढाताण नाही, जुळवणी नाही. बहुतेक कविता ह्या छंदोबद्ध आहेत, प्रासादिक आहेत आणि स्वरबद्धही आहेत. कविवर्य बाकीबाब बोरकरांचा वारसा त्यांना लाभला आहे. त्यामुळे घनश्यामजींच्या ही कविता गेय झाल्या आहेत.

गेल्या काही दशकात, मराठी काव्यसृष्टीत, कवितेमधील प्रसाद गुण नाहीसा झाला आहे. कागदाच्या कृत्रिम फुलांचे रंग जरी वेधक असले तरी त्यात गंध नसतो. बऱ्याचदा अशा कविता निर्गंध असतात. त्यामुळे त्या तुमच्या मनाला भिडत नाहीत. ह्या पार्श्वभूमीवर कवी डॉ. बोरकरांची कविता उठून दिसते. त्यांच्या कवितांत प्रतिभेचा स्पर्श आहे, प्रसादाचा गंध आहे आणि गेयतेचा स्वर आहे. **ह्या कवितेत एक वेगळीच आशयघनता आणि चिंतनशीलताही जाणवत राहाते आणि म्हणून ही कविता मनाला भिडणारी, भावणारी आणि चिंतनास उद्युक्त करणारी आहे.**

घनश्यामजींची कविता ही अंत:करणातून स्फुरलेली आहे त्यामुळे ती आपोआपच गेय झालेली आहे. उत्तम कवितेचेच उत्तम गीत होते आणि गीते आणि कविता एकमेकांत मिसळून जातात. उत्तम कविता ही आपोआप सुरांच्या लाटांवर वहात जाते. घनश्यामजींच्या कविता अशाच सुरेल आहेत.

कवितासंग्रहाचे **'खेळिया'** नावही समर्पक आहे. खरा खेळिया हा इतरांना खेळवत जातो. रामप्रहरी पूर्वी वासुदेव दारावरुन जायचा आणि कामात व्यग्र असलेले लोकही खिडकीतून डोकावताना, त्याच्याकडे पहायचे. डॉ. बोरकरांच्या या 'खेळिया' कडे ही कामात व्यग्र असणाऱ्या लोकांचे फक्त लक्ष वेधण्याचेच नव्हे तर प्रेम ही मिळविण्याचे सामर्थ्य आहे.

'खेळिया' च्या भूमिकेत शिरून कवी घनश्यामजी आपल्याला खेळवतात पण हा खेळ कायमचा नसतो आणि कधीतरी निश्चित संपणारा असतो, याची त्यांना जाणीव आहे. म्हणूनच ते लिहीतात...

'संपण्याची वेळ झाली खेळिया खेळू नको
खेळ नसणे हाही असतो खेळ तू विसरु नको।
तपासले माझ्याच मी पंचेंद्रियांचे दाखले
टाकीत गेलो पान मी, तू हुकुम हाती राखिले
एकतर्फी डाव जिंकुन, मन तुझे रिझवू नको।।'

जीवनातील अनेक विषादपूर्ण घटना पाहून, अनुभवूनही ह्या कवीच्या मनात कुठलीही

कटुता नाही. कवी डॉ. बोरकर हे आशावादी आहेत, जीवनावर समरसून प्रेम करणारे आहेत. माणूस, निसर्ग आणि हे जग ह्या सगळ्यांशी त्यांचे प्रेमाचे नाते आहे आणि ह्या नात्यात एक आगळी निरागसता आणि कोवळीक आहे. म्हणूनच ते लिहितात,

या कोवळ्या उन्हाशी, या सावळ्या घनाशी।
या बावऱ्या मनाशी, नाते अजून आहे।।
विझले जरी सुखांचे हे चंद्र, सूर्य, तारे।
आकाश पेटलेले, जागे मनात आहे।।

घनश्यामजींना आपली शाळाही आठवते.. 'माझी चिरंजीवी शाळा-एक स्वगत' ह्या त्यांच्या कवितेत, शाळेतल्या त्या दिवसांचे इतके सुरेख, विस्तृत वर्णन आहे की प्रत्येक वाचकाला आपलीही शाळा डोळ्यासमोर लख्ख उभी राहाते. ही एक दीर्घ कविता आहे. ही कविता म्हणजे एक अत्यंत सुंदर आणि सुरेल असे चित्रगीत आहे. गदिमाना लाभलेली ही चित्रमयतेची देणगी, घनश्याम बोरकरानाही लाभलेली दिसते.

बोरकर म्हटले की धुवाँधार पाऊस, निळा अथांग समुद्र, पुळणीवरच्या नक्ष्या हे असायला हवे. पण प्रेमगीते, जीवनगीते लिहितांना घनश्यामजींचे निसर्गाकडे दुर्लक्ष्य झालेले दिसते. गोव्याचा अमृतस्पर्श झाल्यानंतरही ही अनास्था, उणीव का? असा वाचकांना प्रश्न पडेल. तो प्रश्न घनश्यामजींनी लौकरात लौकर सोडवून पुढल्या कवितासंग्रहात उत्तम निसर्गचित्रे रंगवावीत. बालकवी, गदिमा, बाकीबाब बोरकर, मंगेश पाडगावकर यांच्याप्रमाणे अशी उत्तम निसर्गकविता यापुढे भरभरून द्यावी.

डॉ. बोरकरांची कविता प्रासादिक आहे, त्यात पदलालित्य आहे, अर्थगौरव आहे परंतु ह्या कवितेत अनुप्रास, उपमा, उत्प्रेक्षा असे अलंकार अधिक असते तर ती जास्त शोभून दिसली असती. कवी घनश्याम बोरकरांची कविता *'कृताऽभ्यंग स्नाता, कनकमणीभूषाविरहिता। विराजे वसने, भूपललिता'* अशी आपल्यासमोर उभी राहाते. माडगूळकरांच्या शब्दात सांगायचे झाले तर ती *'न्हाऊन, उभी राहून आता उदविशी केस। लक्ष्मी जळातूनी वर येई सागरी। तशी ग दिसतेस।'* अशी आहे.

चांगले कवी सद्या अस्तंगत होत असताना, कवी डॉ. घनश्याम बोरकर आता पश्चिम आकाशात उगवून, मनोहरी दिसणाऱ्या चंद्रकळेप्रमाणे किंवा शुक्राप्रमाणे वाटचाल करीत आहेत. त्यांची सरस्वती-साधना अशीच चालू राहो व स्वांतसुखाप्रमाणे रसिकांनाही भरभरून आनंद देत राहो आणि त्यात निसर्ग सौंदर्याच्या सरीवर सरी येवोत! गोवा, बोरकर म्हटले की गंधवाहन वारा व पाऊस हवाच!

- वसंतराव पटवर्धन
अर्थतज्ज्ञ, साहित्यिक, कवी,
माजी अध्यक्ष, बँक ऑफ महाराष्ट्र, पुणे

अभिप्राय

'खेळिया' संग्रहातली कविता सौ. राजश्री बोरकर यांनी प्रकाशनापूर्वी माझ्या हातात ठेवली. मी ती मन:पूर्वक वाचली. आणि त्यांच्या कवितेचा ओढाळ प्रवाह पाहून, वाचून थक्क झाले. इतक्या कविता डॉक्टरांनी कधी लिहिल्या? या बद्दलही मनात औत्सुक्य निर्माण झाले. कविता संग्रहाच्या नावाप्रमाणेच डॉ. घनश्याम बोरकर हे एक 'खेळिया' आहेत; असेच म्हणावेसे वाटते. जीवनाच्या प्रत्येक क्षणाकडे आसुसून बघणारा, जीवनाच्या रसात आणि अवस्थांमध्ये रममाण होणारा, जीवनातली सुख-दु:खे आपल्या ओंजळीत घेऊन, त्यांना शब्दबद्ध करुन घेणारा असा हा एक विलक्षण माणूस आहे. ते सुंदर कविता लिहितात, ती कविता लिहिण्याचे कसब, कौशल्य बोरकर घराण्यानेच त्यांना बहाल केलेले आहे. 'घन वरसे रे' या बा.भ. बोरकरांवर केलेल्या कार्यक्रमात कविता वाचनासाठी त्यांनी मला सहभागी करुन घेतले हे माझे भाग्य! त्या कार्यक्रमाच्या निमित्ताने त्यांचा जो सहवास मला लाभला, त्या वेळचे डॉ. बोरकर यांचे जे दर्शन घडले ते थक्क करुन सोडणारे होते. एखादी गोष्ट करायची म्हंटल्यावर ती सर्वांग परिपूर्णपणे कशी सादर करता येईल, इकडे त्यांचे लक्ष असते. ते 'परफेक्शनिस्ट' आहेत. त्यामुळेच प्रयत्नशील आहेत आणि मनस्वी देखील. आपल्या काकांची, बा.भ. बोरकरांची कविता सादर करतानाची त्यांची त्या मागची विनम्र भावना बघण्यासारखी होती. बा.भ. बोरकरांच्या प्रत्येक

शब्दाला आणि त्यांच्या कवितागायनाला आपल्याकडून शंभर टक्के न्याय मिळाला पाहिजे म्हणून त्यांच्यातला 'परफॉर्मर' अक्षरश: जीव ओतून तो कार्यक्रम सादर करीत होता.

ही त्यांची प्रामाणिक तळमळ या काव्यलेखनातही दिसून येते, असेच म्हंटले पाहिजे. या कविता संख्येने जशा विपुल आहेत तशा आशयदृष्ट्या सखोल देखील आहेत. बहुतांश कविता वृत्तात लिहिलेल्या आहेत आणि अशी वृत्तबद्ध, छंदोबद्ध कविता लिहिणे हे सोपे काम नाही. या कवितांचे विषय अनेक आहेत. काही आत्मपर आहेत, काही चिंतनपर आहेत, काही निसर्गचित्रे आहेत. काही जीवन चिंतनात्मक आहेत. काही भक्तीपर आहेत. विविध विषय त्यांनी समर्थपणे हाताळलेले आहेत. त्यांच्या 'सखीस' या कवितेत ते म्हणतात...

'वासनांच्या चंद्ररानी नि:संग मी झेपावतो
वेदनांच्या सूर्यडोही निर्तप्त मी विसावतो।।
गातो आशा आकांक्षांचे सूर बेसूर जनात
वाजे श्रीहरीची वेणु वेळी अवेळी मनात।।

ह्याच कवितेत ते म्हणतात, 'माझ्या आत्मलीन मनाला कधी काळोखाची ओढ लागते, कधी शुभ्र प्रकाशाचे वेड! कधी मी मृगजळामागे धावतो, तर कधी आत्मशोधासाठी. आणि त्याच वेळी कुठेतरी धूपदाणीत दरवळ होतो तो मारव्याचा!' पुढे ते म्हणतात..

माझी फकिराची स्वार्थी, रिती, वेडी वणवण
तरी तुझे माझ्याठायी का हे आत्मसमर्पण ।।
क्षणोक्षणी, मनोमनी जळतेस ज्योतीपरी
मिळविण्या अधिकार माझ्या अणुरेणूवरी।।

ही कविता इथे देण्याची दोन कारणे आहेत. एक म्हणजे त्यांच्या संस्कृतप्रचुर, गर्भश्रीमंत असणाऱ्या शब्दकळेची चुणूक इथे दिसते, वृत्तबद्ध कविता लिहिण्याची कवीची ताकदही येथे दिसून येते आणि दुसरे म्हणजे 'सखीस' या कवितेतून दोन अर्थ ध्वनित होतात. एक सखी 'कवितासखी' आणि दुसरी आहे त्यांची 'जीवनसखी'. दोघीही त्यांच्या आयुष्यात त्यांना साथसंगत करताहेत ही महद् भाग्याची गोष्ट आहे.

मला त्यांच्या 'जीवनसखी' बद्दल दोन शब्द लिहावेसे वाटतात. आपला नवरा, यजमान हा प्रतिभापूरित वरदहस्त घेऊन जन्माला आलेला आहे, याची सुजाण जाण या जीवनसंगिनीला आहे. सौ. राजश्रीताई बोरकर, या डॉ. बोरकरांच्या मागे त्यांची मन:शक्ती बनून उभ्या असतात, हे माझ्यासह अनेकांना माहीत आहे. कलावंताला अशी 'जीवनसाथ' लाभणे महत्त्वाचे असते. त्यामुळे तो त्याच्या निर्मिती विश्वात सुखेनैव संचार करु शकतो. म्हणूनच डॉक्टर कवी म्हणू शकतात...

तृप्तिच्याहि रितेपणाचा सहज सजला सोहळा
धवल मेघाच्यापरी आकाशि फिरतो मोकळा
मन मोकळा, मन मोकळा ।।धृ।।
व्यथा रित्या, सुखही रिते
वृत्ती रित्या, क्लेशही रिते
जगण्यास अवचित लाभली ही कापुसाची चित्कळा।।१।

ही 'चित्कळा' अशीच बहरो! अशा शुभेच्छा डॉ. घनश्याम बोरकर आणि बोरकर कुटुंबियांसाठी!

थांबते...

- कवयित्री डॉ. माधवी वैद्य
माजी अध्यक्षा, मराठी साहित्य परिषद, पुणे

कवीवर्य पद्मश्री बा. भ. बोरकर ह्यांच्या कवितेला मराठी कोकणी भाषेत वेगळं स्वतंत्र स्थान आहे. त्यांच्या निसर्गकवितांचे देणं त्यांनी मराठी भाषेला दिलेच, पण त्यांच्या कवितांमधून त्यांच्यावर लहानपणापासून झालेले संतकाव्याचे संस्कारही डोकावतात.

बा.भ. बोरकरांच्या कविता अजून आपल्या मनात आहेत आणि तेथे राहणारच आहेत. बोरकरांनंतर अनेक कवी झाले, त्यांच्या कविता आपल्याला आवडल्याही पण बोरकरांसारख्या कविता लिहिणारे, त्यांचा वारसा पुढे नेणारे कवी आपल्याला भेटले नव्हते.

डॉ. घनश्याम बोरकर या व्यवसायाने डॉक्टर असलेल्या, उत्तम गायक असलेल्या, शास्त्रीय संगीताची बैठक असलेल्या कवीच्या कवितांमध्ये, बोरकरांचा वारसा पुढे नेण्याचं सामर्थ्य आहे. त्यांच्या कविता संग्रहातील प्रार्थनागीतातील एक कडवं मला भावलं...

'त्या सागरास मिळण्या सरिता अखंड धावे
विश्वात्मकास वरणे अंतीम ध्येय व्हावे
तू आत्मभान दाता, सदसद्विवेक तारा।।'

या काव्यसंग्रहात त्यांनी बोरकरांची आरती लिहिली आहे, त्यात ते म्हणतात,

शारदावरदात्मजा......श्री कवीवरा तव आरती
प्रतिभा तुझी नक्षत्रगर्भि, नादगर्भि चित्कळा
आत्म प्रस्फुट शब्दि तुझिया रुंजति स्वरमेखला
हास्य-लास्य महोत्सवि लावण्यलीला नाचती।।

बोरकरांबद्दल किती योग्य आणि सार्थ शब्द आहेत हे!

कुसुमाग्रजांवर 'समिधा' हे काव्य लिहिताना, ते त्यांचा उल्लेख 'हे शब्दप्रभु, वागर्थप्रभु, महाकवे कुसुमाग्रजा' असा करतात.

'नको तुझी कृपा, नको तुझे छत्र
स्वर्जित संचित लाभो मला'

असे ते 'स्तोत्र 'मी'पणाचे' मध्ये म्हणतात. आणि लौकिक जीवनात सर्व आघाड्यांवर यशस्वीपणे लढतात.

शास्त्रीय संगीताची उत्तम जाण असल्यामुळे या संग्रहातील बऱ्याच कविता वेगवेगळ्या रागांत बांधलेल्या आहेत.

बा.भ. बोरकरांच्या कवितेशी-शब्दांशी साधर्म्य साधणाऱ्या या ओळी पहा,

'रुमझुमली पैंजणे नादांतच गुंग मी
गुणगुणता गायने शब्दांतच धुंद मी'

'तरी आम्ही सोवळे' या कवितेतलं शेवटच कडवं मला फार आवडलं

काळोखाचे गंध भाळी
दु:खमाळा कंठी माळी
आत्मसूर्या देत टाळी
नाचणारे गोंधळे, ऐसे आम्ही सोवळे।।

डॉ. घनश्याम बोरकरांच्या कविता बा.भ. बोरकरांचा वारसा पुढे नेणाऱ्या असल्या तरी त्या स्वत:चे स्थान निर्माण करतील असे हे कडवे वाचताना वाटले. गेयता, निसर्गप्रेम आणि भाषावैभव ही बा.भ. बोरकरांच्या कवितेतील वैशिष्ट्ये घनश्याम बोरकरांच्या कवितेतही जाणवतात.

डॉ. बोरकरांच्या 'उन्मनी' कवितेत ते म्हणतात,

आकाशि टांगुनि
अश्वत्थाची मुळे
निर्मितीचे डोळे
चालला उन्मनी।।

मला खूप आश्चर्य वाटतं, डॉ. बोरकरांनी या संग्रहातल्या बऱ्याचश्या कविता कामाच्या ठिकाणी- हॉस्पिटलमध्ये, फॅक्टरीत वगैरे लिहिल्या आहेत. 'शारदेस' या कवितेत डॉ. बोरकर म्हणतातात,

जे स्वप्न तव मी पाहतो
ते स्वप्नची राहो सखे
गे शारदे, तू सरस्वते
प्रतिभेतुनि मज वदविसी।।

'माझी चिरंजीवी शाळा' या कवितेत डॉ. बोरकर काही क्षणांसाठी खरंच लहान होतात,

आनंद!
मी शाळेत घालवलेल्या क्षणांचा.
फुलपाखरांच्या रंगीबेरंगी पंखांसह खेळण्याचा, बागडण्याचा.

'अभंग मी उरात' या कवितेत डॉ. बोरकर म्हणतात,

'अंधारातुनि उमलो प्रीतिची प्रकाशफुले
आसवांतुनि प्रसवो गंगेपरि तीर्थजले
जागविता स्नेहज्योत, हर्ष जीवनात।।'

'चैत्रराज' या डॉ. बोरकरांच्या कवितेत आणि बा.भ. बोरकरांच्या कवितेत खूप साम्य आढळते.

लग्नमंडपी उमले अंबर
सूर्यमण्यांचे उजळे झुंबर
पवनवारूवर स्वार होऊनि, नवरा नटखट नटला ग।।

त्यांची काव्यप्रतिभा हे ईश्वराचे देणे आहे. निसर्गकवितेपासून गझल, हिंदी कवितेपर्यंत सर्व प्रकारच्या कविता ते करतात. नुसत्या करतात असे नाही, गातातही. बा.भ. बोरकरांच्या कविता आपण विसरणार नाहीच, पण त्यांच्या कवितेचा वारसा डॉ. घनश्याम बोरकरांची कविता पुढे नेईल असा मला नक्की विश्वास वाटतो.

- डॉ. अशोक कामत
माजी अध्यक्ष, संत नामदेव अध्यासन, पुणे विद्यापीठ

श्री. घनश्याम बोरकर यांचा हस्तमुद्रित कवितासंग्रह वाचला. त्यांची कविता प्रवाही, प्रतिभाशाली आणि प्रसन्न आहे.

प्रेमकवितांत बोरकर, बाकीबाब यांचे पुतणे शोभतात. त्यात अनुकरण आहे, भानवांचे आणि अभिव्यक्तीचेही (डोळे पुसूनी मी हसलो ग) आणि ते साहजिकही आहे. प्रेमातील उत्कटता, रांगडेपणा, संस्कृतप्रचुर शब्दांची रेलचेल आणि गेयतेत बांधलेली वृत्तबद्ध कविता आकर्षक आहे. त्यातील शारीर जाणीवांचे संदर्भ बऱ्याचदा 'बोल्ड' वाटावेत असे आहेत.

बोरकरांमधल्या सशक्त कवितेची प्रचिती येते ती त्यांच्या वैचारिक कवितांमधून.

कवितेच्या माध्यमातून विचार देणे ही अवघड गोष्ट असते, कारण त्यातून कवितापण हरवण्याची शक्यता असते. पण सुदैवाने बोरकरांच्या कविता आपला आत्मा वैचारिकतेतही टिकवून आहेत. जगण्या-मरण्यातले ताण, स्वत:चा स्वत:शी असणारा संघर्ष, माणसाच्या अंतरंगाचा शोध घेण्याची उर्मी, अर्थ-निरर्थ जगणे, अशा पेचांमधून गुंफली जाणारी कविता, कवीच्या नितळ मनाचा थांग दाखवणारी आहे. ती नक्कीच विचार प्रवृत्त करते. पुन्हा पुन्हा वाचून त्यातील अर्थघनतेचा आस्वाद घ्यावासा वाटणे हेच त्या कवितांचे श्रेयस आहे. माणूस म्हणून अत्यंत तरल पातळीवर जीवनाच्या संवेदना आणि बुद्धी या दोन टोकांवर कवितेचे सौंदर्य वाढवणारे डॉ. घनश्याम बोरकर खऱ्या अर्थाने समर्थ कवी म्हणून अशाच कवितांमधून भेटतात.

- कवयित्री अश्विनी धोंगडे
पुणे

डॉ. घनश्याम बोरकर यांची कविता ही प्रथम वाचनात प्रेमात पडायला लावणारी आहे. त्यांची कविता मुख्यत्वे वृत्तबद्ध आहे. आजच्या काळात चांगली वृत्तबद्ध कविता दुर्मीळ झाली आहे. मराठी भाषेची विकृत रूपे ही तर वेदनादायक आहेत. या पार्श्वभूमीवर डॉ. बोरकरांची सुंदर भाषेने नटलेली कविता त्यातील प्रतिमा आणि रूपकाने अधिकच भारदस्त वाटते. एका दृष्टीनं डॉ. बोरकरांची कविता ही कविवर्य बा. भ. बोरकरांच्या कवितेशी जवळचे नातं सांगणारी आहे. भावपूर्णता आणि नवीन विचार यातही ही कविता संपूर्ण समाधान देणारी आहे. साधारणपणे संख्यात्मकता आणि गुणात्मकता याचं प्रमाण व्यस्त असते. पण डॉ. बोरकर यांची कविता याला अपवाद आहे. कारण ती अंत:करणापासून स्फुरलेली आहे, रचलेली नाही. डॉ. घनश्याम बोरकर याचे मन:पूर्वक अभिनंदन आणि अशीच समृद्ध कवितांची निर्मिती त्यांच्याकडून होवो यासाठी शुभेच्छा!

- सुरेश खरे (नाटककार)
मुंबई

आदरणीय डॉ. घनश्याम बोरकर

यांसी सविनय वंदे!

श्री रामकृष्ण नायक यांच्या ९०व्या वाढदिवसानिमित्तच्या विशेषांकातील आपली दीर्घ कविता वाचली. खूपच आवडली. काव्यमूल्ये ठासून भरलेली आहेत. रामकृष्ण नाईक हे व्यक्तिमत्त्वच इतके मोठे आहे की त्यांच्या सान्निध्यात येणाऱ्या कोणाही सहृदय, संवेदनशील माणसाला त्यांच्याविषयी आस्थापूर्वक लिहावेसे वाटणे स्वाभाविक आहे. तुम्ही तर त्याना खूप जवळून अनुभवले आहे हे त्या कवितेतून प्रतीत होते.

तुमच्या कवितेचे मला जाणवलेले वैशिष्ट्य म्हणजे, तुम्ही शब्दप्रभू आहात. मराठी भाषेवर असलेले तुमचे प्रभुत्व तर निर्विवाद आहेच परंतु काव्यप्रतिभेचा वरदहस्तही तुम्हाला लाभला आहे. तुम्ही आजवर आणखीही कविता लिहिल्या असतील, माझ्या दुर्दैवाने माझ्या वाचनात त्या कधी आल्या नाहीत. कदाचित तुमच्या व्यवसायातील कार्यबाहुल्यांमुळे त्या कुठल्या मासिकांना पाठवायच्या राहून गेले असणे शक्य आहे. मी हे केवळ स्तुतिगान करीत नाही, परंतु समकालीन कवितेचा तुमचा अभ्यास असावा असे मला वाटते. संस्कृतचा तुमचा अभ्यास आहे हे त्या कवितेतील संस्कृत अवतरणांवरून स्पष्टच दिसते. बऱ्याच ठिकाणी ही कविता निबंधपर झाली असली तरी अशा प्रकारच्या व्यक्तिचित्रण कवितेत त्याला पर्याय नसतो. तरीही या कवितेतील काही कडवी वाचताना त्या ठिकाणी काही काळ स्तब्ध उभे रहावेसे वाटते. उदाहरणार्थ,

दीपदान केलेस आयुष्यभर, जीवनाच्या गंगेत... आणि
उजळून घेतलेस स्वत:चेच अंतरंग,
त्रिपुरी पौर्णिमेच्या चंद्राच्या प्रकाशाने.
गंगेसारखे पावन करुन घेतलेस स्वत:ला,
निर्मळ आणि निर्मम होऊन.

......
समर्पित केलेस स्वत:चे आयुष्य
लोककल्याणाच्या महासागरात विरुन जाण्यासाठी
उन्नयन करीत गेलास तू स्वत:च्याच जाणीवांचे
मार्गक्रमण करीत गेलास, एका शुभंकर ध्येयाकडे...

अशी स्तंभित करणारी अनेक सौंदर्यस्थळे या कवितेत आहेत. या कवितेसाठी मी तुमचे मन:पूर्वक अभिनंदन करतो. रामकृष्णबाब हे माझ्यामाठी पितृतूल्य आहेत. सुमारे ४० वर्षांपूर्वी मराठी काव्यजगतात मला कुठलीही ओळख नव्हती. ही ओळख मिळवून देण्यात रामकृष्णबाबनीच मला बरीच मदत केली. या माणसाचा मोठेपणा इतका की त्यांनी कधीच कोणाकडे त्याचा उच्चार केला नाही. त्यांच्या समर्पित सेवेबद्दल काय बोलावे? शतकात क्वचितच अशी माणसे जन्माला येत असतात.

तुमची ओळख नाही, पाळख नाही, तरीही तुमच्याशी असा संवाद साधला. कारण फक्त तुमची कविता. असंच लिहित राहावं, या शुभेच्छा!

कळावे,

आपला

कवी पुष्पाग्रज उर्फ अशोक नाईक

उपाध्यक्ष : गोवा मराठी अकादमी

मडगाव, गोवा

खेळियाची कविता

डॉ. घनश्याम बोरकर यांची बव्हंशी कविता गेय आहे. बा. भ. बोरकर यांच्या कवितेप्रमाणे गेयता ही त्यांच्या कवितेचे व्यवच्छेदक लक्षण आहे असं विधान करणं योग्य होईल. त्यांची कविता प्रथमदर्शनी गीतसदृष्य भासते. पण गीत व कविता यांच्या मधली सीमारेषा ही फार पुसट असते. गीतांमध्ये काव्य असल्यामुळेच ते अधिक अर्थपूर्ण बनत असते. टागोरांची गीते याचे उत्तम उदाहरण आहे.

दिव्य स्वर-गान दे
सरस्वती, दिव्य स्वर-गान दे

असे बोरकर म्हणतात, तेव्हा टागोरांची आठवण येते. कविता ही एक प्रकारची प्रार्थनाच असते. ती पत्थर भेदून फुटत असते तेव्हा गीत व कविता यांच्या सीमारेषेला काही अर्थ राहत नसतो. कवीला स्वरज्ञान असायला हवे का असा प्रश्न कित्येक वेळा विचारला जातो. कवीला स्वरज्ञान असणे जरूरी नसते. पण स्वरांची जाण असणे महत्त्वाचं असते. रवीन्द्रनाथाना स्वरज्ञान नव्हते याची कबुली त्यांच्या एक पत्रातून मिळते. पण त्यांना स्वरांची जाण मात्र विलक्षण होती. ते आपल्या रचनाना चाली द्यायचे व त्यांचे स्वरलेखन अन्य संगीतकार करायचे. डॉ. बोरकरांच्या कविता वाचताना शब्दांचा अंत:स्वर मनांत गुंजत राहतो. ते पद्धतशीर गाणं शिकले आहेत की नाही याची मला फारशी कल्पना नाही. पण त्यांच्या कवितेतून संगीत ओथंबून येत असते. कवितेतून एक प्रकारची उन्मनी अवस्था ते अनुभवत असतात. ‘सागराच्या काठी / बैसून एकटा / अनंताच्या लाटा / ऐकतो उन्मनी’ या ओळींना विशेष अर्थ प्राप्त होतो. या अवस्थेत

स्रोतात उर्मीच्या कैसे हे दिगंबराचे न्हाणे
मी तुझ्यात विरूनी जाणे मी मलाच विसरूनि जाणे

असा अनुभव येत असतो. तो मग अध्यात्मिक असो किंवा कलात्मक, कवितेला

समृद्ध करणारा असतो. फ्रेंच कवी मालार्मेच्या शब्दात सांगायचे झाले तर तो I know that in the distance of this night, the earth cast the rare mystery of a great light. काही कवींच्या कविता अल्पाक्षरित्वाकडे झुकलेल्या असतात. पण बोरकरांना ते पसंत नाही. त्यांची कविता मोकळ्या अवकाशाची मागणी करत असते. त्यामुळे ती तिच्या आस्वादकाला कोड्यात टाकत नाही. अभिव्यक्तीतली आडवळणे ती टाळते. त्यामुळे ती आस्वादकाच्या हृदयाला थेट जावून भिडते.

छंदोबद्धता हा बोरकरांच्या कवितेचा महत्त्वाचा गूण असला तरी मुक्तछंदही त्यांच्या कवितेला जवळचा वाटतो. छंद सोडून मुक्तछंद लिहिणाऱ्या काळात डॉ. बोरकारांच्या कवितेतील ताल आणि लय अतुलनीय वाटते. एक वेळ यमकांची जुळवाजुळव करणे सोपे असते परंतु मुक्तछंदाची लय सांभाळणे ही अवघड गोष्ट असते. या कवीला ते साध्य झालेले दिसते.

बोरकरांना शब्द, सूर, लय यांचे प्रेम आहे. पण त्यांचे खरे प्रेम हे जीवनातल्या मांगल्यावर आहे. त्यांच्या कवितेचे ते प्रेरणास्थानच...

- कवी माधव बोरकर
माजी डायरेक्टर ऑल इंडिया रेडिओ
पणजी, गोवा

'खेळिया' कवितासंग्रहाच्या प्रकाशनाचा संकल्प सोडण्यापूर्वी डॉ. घनश्याम बोरकरांनी त्यांच्या काही कविता व्हॉटस् ॲप वरून मला पाठविल्या होत्या. विषयांची विविधता आणि त्या अनुषंगाने डॉक्टरांचे त्या विषयात समरसून जाणे हे केवळ थक्क करणारे.

मनाची परिपक्वता आणि कवितेची प्रगल्भता यांची एक दुर्मिळ सांगड, डॉ. बोरकरांच्या ठायी झालेली आहे. सांप्रत साहित्यात अभावानेच आढळणारे शब्दवैभव, कल्पनांची गरूड भरारी आणि तरीही अभिव्यक्तीमधील सहजसुंदरता ह्या त्रिगुण शक्तींनी डॉक्टरांचा काव्यकुंभ ओतप्रोत भरलेला आणि कवितेतून ओसंडून वाहत असलेला दिसतो. शाश्वत मानवी मूल्यांना अध्यात्माचा चिरा लाभतो, प्रत्यक्ष निसर्ग कवीमनात आपले गुह्य प्रकट करतो, आकाशाच्या कॅनव्हासवर प्रेमाचा कॅलिडोस्कोप इंद्रधनुसारखा भावाविष्कार चितारतो, तेव्हां ती कविता आपल्या मनात ठाण मांडून बसते, मन सश्रद्ध करते. काव्यातील हे अनन्य मोठेपण, डॉ. घनश्याम बोरकरांच्या कवितेमध्ये प्रकर्षाने दिसून येते.

डॉक्टरांचा हा पहिला-वहिला कवितासंग्रह असला तरी दहा-एक कवितासंग्रह

त्यांच्या जमेस असावेत अशी धारणा, त्यांच्या कविता वाचताना येते. रॉबर्ट फ्रॉस्ट सारखा विख्यात कवी म्हणतो की, 'To be a poet is a condition and not a profession!' मनाची ही अवस्था केवळ शारदेच्या कृपाप्रसादानेच प्राप्त होते, ही माझ्यासारख्या समगोत्रीची दृढ आणि अढळ श्रद्धा आहे. हे देवाघरचे देणे आहे.

कविता हा अज्ञाताचा अथक शोध. त्या अनुषंगाने आपलाच शोध. ह्या शोधातच संपूर्ण आयुष्य आहुती होऊन खर्ची पडते. हा काव्यभोग आणि काव्ययोग ज्याच्या भाळी आला, तो धन्य होय.

डॉ. बोरकरांच्या सगळ्याच कविता अप्रतिम तर आहेतच पण बहुआयामीसुद्धा आहेत. त्या एखाद्या स्वयंभू स्तोत्रासारख्या आहेत. विलक्षण शब्दवैभव, विषयाशी तादात्म्यता तरीही निरिच्छ. त्रयस्थासारखे नामानिराळे राहून आपण आपल्याच अभिव्यक्तीला पाहण्यासाठी, देवदुर्लभ योगसामर्थ्य लाभावे लागते. डॉ. बोरकरांकडे ते सामर्थ्य आहे, अशी आपली खात्री पटते, जेव्हा त्यांच्या कविता आपण वाचत असतो.

कविता हे सतीचे वाण आहे. ते ज्याच्या हाती आले, त्याला ऐलतीर आणि पैलतीर हे दोन्हीही सारखेच. कवी हा निर्मोही संत असतो. हातचे काहीच राखून ठेवीत नाही, मग ते धन असो, मन असो वा ऋण असो. डॉ. घनश्यामची कवितासुद्धा अशी संतत्वाच्या दिशेने वाटचाल करीत आहे, हे मला प्रकर्षाने जाणवते आहे.

डॉक्टरांच्या आरंभीच्या रचनेत, त्यांचे काका कवीवर्य बाकीबाब बोरकर ह्यांचा प्रभाव दिसत असला तरी नंतरच्या रचनेत डॉक्टरांना त्यांची स्वत:ची कविता सापडत चालली आहे आणि यातच कवी म्हणून डॉक्टरांच्या यशस्वितेचे गमक आहे.

'खेळिया' ह्या काव्यसंग्रहाच्या मुंबईतील प्रकाशन सोहळ्यास, तनाने जरी नसलो तरी मनाने मी उपस्थित असणार आहे. पण मला असे खूप खूप आतून, अंतरंगातून वाटते की त्या सोहळ्यात, पुढच्याच रांगेत, डॉ. घनश्यामचे पितृतुल्य काका, कविश्रेष्ठ बाकीबाब बोरकर 'अदृश्य'पणे विराजमान झालेले असतील आणि कौतुकभरल्या साश्रू नयनांनी तो कवितेचा सोहळा अनुभवीत असतील. आणि त्या बसल्या ठिकाणीच ते घनश्यामला आशीर्वाद देत असतील, 'व्होड जातलो पुता, तू व्होड जातलो।'

डॉ. घनश्याम बोरकरांना, त्यांच्या काकांचा, बाकीबाबांचा दिव्यत्वाचा वारसा प्राप्त झालेला आहे. ते त्याचे सोने करतील आणि चार पावले पुढेही चालून जातील. 'खेळिया' हा त्यांचा कवितासंग्रह मराठी काव्यक्षेत्रामध्ये मैलाचा दगड ठरेल. इतिहास घडवेल आणि मरगळलेल्या काव्यक्षेत्रात नवचैतन्याचा स्रोत पुनरपि वाहता करील, यात तिळमात्रही शंका नाही. डॉ. घनश्यामच्या प्रतिभेला सरस्वतीचे वरदान आहे. काव्यरसिकांची अनेक वर्षांची शुद्ध काव्याविष्कारांची तृषा 'खेळिया' शमवील, हे निश्चित.

डॉ. घनश्यामच्या कवीपणाला आणि त्यांच्या कवितेला पुढील वाटचालीसाठी उदंड शुभेच्छा देताना, माझ्यातला कवी, त्यांच्यासाठी माझी ही कविताच अर्पण करीत आहे.

घनश्यामा! ठायी तुझिया लीन अक्षर संपदा
साधका, वत्सा, तुला रे कवनवर दे शारदा
होऊनि जननी तोषवी तुज अमृताने नाहवी
अंतरीचे गूज अवनी सांगूनी तुज जोजवी ।।१।।

अंबराच्या तू विहंगा, दशादिशांची प्रांगणे
शोधयात्रेतून तुज रे कोठले श्रांतावणे?
पंचभूतांचेही तुजला गुह्य सारे आकळे
उन्मनाचे सार येते सांग रे कुठल्या बळे? ।।२।।

पूर्वपुण्याई म्हणावी, का असे तपसाधना?
भाव सारे घेउनी का प्रकटते प्रज्ञानना?
तूच समिधा आहुती ही, तूच वेदीचा धनी
तूच याचक, तूच दाता, तूच योगी, तू मुनी ।।३।।

ही प्रवाही काव्यधारा वाहती रे राहू दे
अंबरी होऊनी तडिता तिमिरघन रे भेदु दे
शारदेचा रे भुल्या तू, 'बाकीचा' तू वारसा
दर्पणी तुज रे पाहता भेद नाही फारसा ।।४।।

इति शुभम्

- कवी डॉ. राघवेंद्र जोशी
औरंगाबाद

हृद्गत

आयुष्यात जगत असताना मला ज्या व्यक्ती भेटल्या, ज्या बऱ्या-वाईट घटना घडल्या, जो निसर्ग मी पाहिला, त्या सर्वांचे माझ्या मनात उमटलेले साद-प्रतिसाद मी कागदावर उतरविले होते. सगळ्यांबद्दल मीच एका साक्षीभावाने काढलेले ते सहजोद्गार होते. माझाच माझ्याशी तो एक खाजगी संवाद होता. त्यामुळे कुठल्याही मासिकात तो प्रसिद्धीसाठी द्यावा असा विचारही माझ्या मनात एवढ्या वर्षात कधी आला नाही. गेल्या ५० वर्षात मी लिहिलेल्या कविता जपून ठेवाव्यात, कुणाला वाचून दाखवाव्यात असे एवढ्या वर्षात मला कधीच वाटले नाही. आपला कवितासंग्रह करून त्याचे पुस्तक काढावे असा विचारही कधी मनाला स्पर्शून गेला नाही.

नऊ वर्षांपूर्वी कविवर्य श्री. मंगेश पाडगावकरांबरोबर, रांजणगावला अचानकपणे रात्री नऊ ते पहाटे तीन पर्यंत, आमची दोघांचीच कविता वाचनाची मैफिल रंगली. माझ्या कविता ऐकून त्यांनी मला सांगितले की, "तुम्ही तुमचा कवितासंग्रह काढला पाहिजे आणि मी तुम्हाला या संग्रहासाठी अभ्यासपूर्ण प्रस्तावना लिहून देईन." पण मी ते तेवढ्यावरच सोडून दिले.

त्यानंतर दूरदर्शनवर, प्रा. कवी शंकर वैद्य आणि मी, कवी बा. भ. बोरकरांच्या कवितांवरील कार्यक्रम सहा वर्षांपूर्वी सादर केला होता. त्यावेळी माझ्या काही कविता ऐकून वैद्यसरांच्या डोळ्यात पाणी आले होते. माझ्या कवितांमधील काही

वृत्तदोषही त्यांनी दाखवले आणि पुन्हा त्यावर असेही म्हणाले, "डॉक्टर, कवितेतला भाव आणि शब्दयोजना एवढी प्रभावी आहे की वृत्तदोष इथे क्षम्य आहे. कवितेत काहीही बदल करू नका." वैद्यसरांनीही मला कवितासंग्रह प्रसिद्ध करावा असे आवर्जून सांगितले. पण मी ते अजिबात मनावर घेतले नाही.

परंतु ह्या दोन्ही प्रसंगी, माझी पत्नी सौ. राजश्री माझ्या बरोबर होती आणि गृहिणी, सखी, सचिवः, कार्येषु मंत्री अशी ती असल्या कारणाने गेली सात वर्षे माझ्यामागे लागून तिने माझ्या कविता जमविल्या. माझ्याकडून पुन्हा व्यवस्थित लिहून घेतल्या. परंतु मी त्यातील कुठल्याही कवितेवर कुठलेच संस्करण केलेले नव्हते. त्यातील ऱ्हस्व, दीर्घ, लघु-गुरू, मात्रा, वृत्तदोष याबाबतीत कुठलाच संस्कार मी ह्या कवितांवर केला नव्हता, जो आवश्यक असतो.

पण ह्यातून एक चांगले निष्पन्न झाले की माझ्या मनांत कवितेच्या मूलभूत स्वरूपाविषयी सतत चिंतन सुरू झाले. कवितेमागची प्रेरणा आणि धारणा, कवितेचे बहिरंग आणि अंतरंग, कवितेचे प्रयोजन ह्याविषयी मनात सतत विचारचक्र फिरत होते.

शाळेत असे पर्यंत, म्हणजे वयाच्या सोळाव्या वर्षांपर्यंत 'मराठी' हा विषय होता. त्या काळात माझ्या बऱ्याच मराठी कविता तोंडपाठ होत्या. अक्षरगण वृत्ते, मात्रा वृत्ते आणि छंद ह्यांचा तेव्हा थोडाफार अभ्यासही केला होता. "ननमयय गणांनी मालिनी वृत्त होते", 'यमनसभलगा शिखरिणी', अशी वृत्ते लक्षात ठेवण्यासाठी असलेली अनेक सूत्रे आजही पन्नास वर्षांनी मला आठवताहेत. परंतु शेकडो मराठी कविता तोंडपाठ असूनही, ती कविता कुठल्या वृत्तात आहे, या दृष्टीने माझ्याकडून वृत्तांचा अभ्यास घडला नाही.

पण तरीही अक्षरगण वृत्तातही समवृत्त, अर्धसमवृत्त, आणि विषमवृत्त असे प्रकार असतात, हे वाचल्याचे मला स्मरते. पण वृत्ते किंवा छंद माहीत असणे आणि कविता वृत्ता-छंदात लिहीणे ह्या दोन वेगळ्या गोष्टी आहेत.

बाकी बाबांनी म्हटले आहे की, 'मी लहानपणापासून शब्दांना लोलकासारखा न्याहाळायचो आणि त्यांना ताला-सूरात घोळवत बसायचो.' छंद असा सतत घोळविल्याशिवाय तो अंगात भिनत नाही. जसे संगीतात गायक किंवा वादक कितीही श्रेष्ठ असला तरी त्याला तालाचा व लयीचा अभ्यास करावा लागतो. तो ताल आणि बंदिशीची लय त्याला आत्मसात करावी लागते. अंगात भिनवावी लागते, अंगात मुरवावी लागते. सगळेच ताल असे आत्मसात केलेले गवई फारच थोडे. साधारणतः त्रिताल (१६) एकताल (१२मात्रा), रुपक (७मात्रा), झपताल (१०मात्रा), भजनी, केरवा (८मात्रा), दादरा (६मात्रा) ह्याच तालात बहुतांश गवई गातात. पुन्हा तालातील मात्रा तेवढ्याच असल्या तरी त्याचे वजन बदलले; मात्रांचे वेगळे खंड मांडण्यात आले की

त्याच तालाचे निरनिराळे ठेके तयार होतात. १६ मात्रांचाच त्रिताल पण मात्रांचे वजन बदलले की त्यातूनच आधा त्रिताल, बालगंधर्व ठेका आणि ख्याल गायकीसाठी विलंबित गंधर्व ठेका तयार होतो. १६ मात्रांचाच पण वजन पूर्णपणे वेगळे असल्याने त्याचा स्वतंत्र तिलवाडा ताल बनतो. सांगण्याचा उद्देश एवढाच की संगीतात ताला-लयीच्या नियोजित आणि सुनियंत्रित अवकाशात, त्यातील मात्रांच्या, चालीच्या आणि खेळाच्या अनंत संभावना निर्माण होऊ शकतात. शास्त्रदृष्ट्या ह्या संभावनांचे पृथक्करण आणि विश्लेषण करता आले तरी कलेच्या दृष्टीने जे सहज आणि रंजक ताल आणि ठेके आहेत, तेच बहुधा गायले जातात.

संगीतातील ताल, ठेके आणि कवितेतील वृत्त, जाति, छंद ह्यांच्यात मात्रांच्या आणि लयीच्या दृष्टीने जरी साम्य आढळले तरी त्यांच्या निर्मिती प्रक्रियेत मूलभूत फरक आहे. बंदिशीचा किंवा गाण्याचा ताल आधी निश्चित केला जातो आणि त्या आवर्तनात शब्द गायले जातात. म्हणजेच ताल आणि ठेका पूर्वनियोजित असतो. उस्फूर्त कविता आणि विशेषत: जर ती गेय स्वरूपात असेल तर त्यात कुठलेच पूर्वनियोजन नसते. भावनेच्या एका आवेगात किंवा चित्तातील रस परिपोषाच्या उत्कर्ष क्षणी कवीच्या वाणीतून जो सहजोद्‌गार बाहेर पडतो, तो त्या भावाची, रसाची स्वत:ची लय, स्वत:चाच ताल, स्वत:चेच वृत्त, जाति-छंद आणि स्वत:चीच एक चाल घेऊन प्रकट होतो. काव्य भावाच्या अवकाशात शब्दांचे आणि मात्रांचे ते स्वयंभू नर्तन असते. हे नृत्य वृतमात्रात जसे नियंत्रित असू शकते तसेच ते अनियंत्रित आणि अनियमितही असू शकते.

वृत्तदोष किंवा मात्रादोष ह्यांचे मला समर्थन करायचे नाही. परंतु ह्या दोषांमध्ये कवितेतील काव्यभाव हा महत्त्वाचा आहे, असे मला वाटते.

अक्षरगणवृत्तात जेव्हां कविता असते, तेव्हा त्या वृत्तामुळे कवितेला ठराविक अक्षरसंख्या आणि लघुगुरुक्रम यांचे बंधन असते. तीच कविता जेव्हा एखाद्या मात्रावृत्तात किंवा जातित असते तेव्हा त्या कवितेला प्रत्येक चरणात ठराविक मात्रासंख्येचे बंधन असते. तर छंदात प्रत्येक चरणात नियमित अक्षर संख्या असणे बंधनकारक असते. छंदात प्रत्येक अक्षर गुरु मानले जाते आणि म्हणूनच त्याच्या मात्रा दोन मोजल्या जातात. त्यामुळे छंद जितक्या मात्रांचा, त्याच्या निमपट अक्षरे त्यात असतात. अक्षरांच्या आणि मात्रांच्या या बंधनातूनही मुक्त असलेल्या छंदास, मुक्तछंद म्हटले जाते. पण हे सर्व शेवटी शास्त्र झाले. अक्षरगण वृत्तातही, विषमवृत्ताला मान्यता दिली आहे, ज्यात चार ओळीतला प्रत्येक चरण हा वेगवेगळ्या वृत्तात असू शकतो. म्हणूनच संगीतातील ताल आणि ठेक्यांप्रमाणेच वृत्त, छंद, जाति ह्यांच्याही अनंत संभावना असू शकतात.

परंतु कुठलीही उस्फूर्त गेय कविता ही तिच्या स्वयंभू लयीतून आणि तालातून

प्रकट होते. आणि कवितेची ही लय तिच्यातल्या भावावर प्रामुख्याने अवलंबून असते. भाव बदलला तर ती लयही बदलते, अपरिहार्य असल्यास ताल ही बदलतो आणि त्यामुळे वृत्तात फरक पडू शकतो. उदाहरणच द्यायचे झाले तर रामरक्षेतील श्लोक पाहू या.

सुरुवातीला ज्या रामाचे ध्यान करावयाचे आहे, त्याच्या मूर्तीचे वर्णन करताना

'ध्यात्वा नीलोत्पलश्यामं रामं राजीवलोचनम्।
जानकी लक्ष्मणोपेतं जटामुकुटमन्डितम्।।'

ह्या लयीत वृत्त वापरले आहे. परंतु ध्यानानंतर श्री रामरायाला नमन करताना आणि शरण जाताना लयीत आणि वृत्तात, त्या भावानुसार बदल घडतो आणि कवी म्हणतो,

'श्री रामचंद्रचरणौ मनसा स्मरामि।
श्री रामचंद्रचरणौ वचसा गृणामि।
श्री रामचंद्रचरणौ शिरसा नमामि।
श्री रामचंद्रचरणौ शरणं प्रपद्ये।।'

आणि शेवटी शरणागतीनंतरची, रामाकडे प्रार्थना करतानाचा अनन्य भाव व्यक्त करताना, पुन्हा कवीची लय आणि ताल, वृत्त ह्या भावानुसार बदलते आणि तो म्हणतो,

'रामान्नास्ति परायणं परतरं रामस्य दासोऽस्महम्।
रामे चित्तलयःसदा भवतु मे भो राम मामुद्धर।।'

श्री आदि शंकराचार्यांच्या शिवमानस स्तोत्रातही 'आत्मा त्वं गिरिजा मतिः सहचराः प्राणाः शरीरं गृहं' ह्या वृत्तात सगळी कडवी आहेत. ह्या सर्व श्लोकांत कवी, शंकराकडे आपले निवेदन, आपली धारणा व्यक्त करतो. परंतु शेवटच्या श्लोकांत, जिथे कवी संपूर्ण शरणागती पत्करून भगवान शंकराकडे क्षमा मागतो, तेव्हा श्लोकाची लय, ताल; वृत्त बदलते आणि तो म्हणतो,

'करचरणकृतं वाक्कायजं कर्मजं वा।
श्रवणनयनजं वा मानसं वापराधम्।
विहितमविहितं वा सर्वमेतत्क्षमस्व।
जयजय करुणाब्धे श्री महादेव शम्भो।'

म्हणजेच एकाच कवितेत अनेक वृत्तांचा वापर, भावविविधतेमुळे होऊ शकतो आणि ह्याच न्यायाने एकाच कडव्याचे चार ही चरणसुद्धा वेगवेगळ्या मात्रात असू शकतील.

ह्याचा अर्थ कविता स्वैर असावी असे नाही. परंतु भावानुसार कवितेत गेयतेला प्राधान्य असायला हवे असे मला वाटते. अक्षरगणवृत्त सांभाळताना अनेक कवीना

चपखल शब्दांशी तडजोड करावी लागते. अक्षरांचा लघु-गुरु क्रम सांभाळताना निरर्थक शब्द किंवा अक्षरे ह्यांची जुळवाजुळव करावी लागते. ह्या सगळ्यात अनेकदा अयोग्य ठिकाणी शब्द तोडावा लागतो, यतिभंगाचा दोष उत्पन्न होतो. आणि त्याहूनही अधिक म्हणजे ह्या कारागिरीत आणि कसरतीत कवितेचा मूळ भाव विलोप पावतो.

कविता म्हणजे वास्तविक एका उन्मनी अवस्थेचे, उत्फुल्ल मनाचे एक प्रकारचे उस्फूर्त प्रकटीकरण असते आणि म्हणूनच तिला मात्रा, गणांचे जितके निर्बंध कमी असतील, तेवढ्या प्रमाणात तिला अधिक मुक्त असे काव्याकाश लाभते. म्हणून कमीत कमी बंध असलेल्या छंदात, कवितेला आपला आशय आणि सौंदर्य मुक्तपणे अभिव्यक्त करता येतो. कदाचित ह्याच कारणांमुळे आपल्या बहुतेक संत कवींनी आपले काव्य ओवी आणि अभंग ह्या सोप्या, सहज छंदांत लिहिले आहे. मराठीतील अनेक मान्यवर कवींनी आपल्या अनेक आशयघन कविता, ओवी, अभंगाखेरीज लवंगलता, पादाकुलक, जीवनलहरी, देवीवर अशा कमी निर्बंध असलेल्या छंदात लिहिल्या आहेत. मी हे सर्व गेय कवितेच्या अनुषंगाने म्हणतो आहे. मुक्त छंदात तर संपूर्ण मोकळे असे बंधनहीन काव्याकाश लाभते आणि गहन आशयसुद्धा कुठलेच बंध नसल्यामुळे परिणामकारकरीत्या सादर होऊ शकतो. परंतु मुक्तछंदातील कविता वाचायची असते. तिला तिची स्वत:ची अशी स्वतंत्र लय असते पण ती गाता येत नाही.

तराण्यात शब्द नसतात. फक्त तोम्, तनन, दीम्, दीर दीर, तानि, तदानि, उदतन, तदारे, तदीयन, नादिर्दिर् दानि, तननन, देरेना, अततन्, दानि, यलीयला, यललल अशी सुटी अक्षरे किंवा दोन-तीन-चार अक्षरांचा समूह ह्यांचा गाण्यासाठी वापर केला जातो. परंतु ह्या अक्षरांमुळे कुठलाच तसा अर्थबोध होत नाही. शब्दांमुळे जशा डोळ्यांसमोर प्रतिमा उभ्या राहतात, एखादे रूप प्रकट होते किंवा एखादा भाव व्यक्त होतो, तसा कुठलाच प्रकार तराण्यातील ह्या अक्षरांचा ऐकणाऱ्यावर होत नाही. परंतु एखाद्या रागाच्या सुरांच्या प्रभावाखाली हीच निरर्थक अक्षरे, अरूपाचे रूप घेऊन तुम्हाला सामोरी येतात. त्या रागाचे स्वर, ह्या अर्थहीन अक्षरांमध्ये प्राण ओततात आणि त्यांना अर्थगर्भ बनवतात. पं. कुमारजींनी 'श्री' रागात एक अप्रतिम तराणा गायला आहे. त्यात ते 'दीम्' हे एकच अक्षर ६-७ निरनिराळ्या लगावाने उच्चारतात. आणि तो प्रत्येक 'दीम्' तुमच्या मनात निरनिराळ्या प्रतिमा उभ्या करतो. एक 'दीम्' तुम्हाला शांत समुद्राची गाज ऐकवतो. दुसऱ्यांदा तोच दीम् ऐकताना असे वाटते की भूमीचे कवच भेदून ज्वालामुखीचा आगीचा लोळ आकाशात झेपावत आहे. तिसरा 'दीम्' उंच कड्यावरून कोसळणाऱ्या प्रपाताचा निनाद आणि पांढराशुभ्र फेस नजरेसमोर आणतो तर चौथा दीम् क्षितिजावर मावळणारा भगवा सूर्य आणि त्या संधिप्रकाशात भगवी वस्त्रे नेसून, लोटी-कमंडलू घेऊन त्या क्षितिजाकडे वाटचाल करीत निघालेला संन्यासी डोळ्यासमोर उभा करतो. निरर्थक अक्षरे अशा प्रतिमा, जरी धूसर आणि

प्रत्येक व्यक्तीच्या तरलतेप्रमाणे वेगळ्या असल्या, तरी कशा काय निर्माण करू शकतात? ही त्या रागभावाची कमाल असते, अक्षरांना बोलते करणाऱ्या स्वरांची कमाल असते आणि त्या श्रेष्ठ गायकांच्या नाद उच्चारण्याची ही ती कमाल असते.

अक्षरांच्या, स्वरांच्या आणि व्यंजनांच्या तसेच, शब्दांच्या उच्चारणातून अशा काही ध्वनिलहरी आणि कंपनलहरी निर्माण होत असतात की त्या कंपनांचाच परिणाम आपल्यावर होत असावा. आपल्या हजारो वर्षांच्या हिंदू परंपरेत म्हणूनच अनेक प्रयोगांअंती बीजमंत्रांची निर्मिती झाली असावी. ग, ऐ, ऱ्ही, श्री, क्ली, द्रा अशी साधी अक्षरे परंतु त्यांच्यावर अनुस्वरांचे शून्यत्त्व किंवा पूर्णत्त्व ह्यांचे संस्कार केले की त्याच अक्षरांचे गं, ऐं, ऱ्हीं, श्रीं, क्लीं, द्रां असे बीजमंत्र होतात. बीजमंत्रांच्या उच्चारणातून जो नाद निर्माण होतो, जी कंपने तयार होतात त्यामुळेच अक्षरांचे मंत्र होतात. ह्याच नादामुळे शब्दांमधून सृष्टीचित्रांची दिव्य रूपे प्रकट होतात; काव्यचरणाच्या गायनातून अननुभूत भावानंदात मन न्हाऊ लागते. शब्दाचा नाद आणि त्यातील भावाचा निनाद ह्यातूनच कवितेमधील अंत:संगीत प्रकट होत असते. शब्द हा आकाशाचा गुण. पृथ्वी, आप, तेज, वायु आणि आकाश ह्या पंचमहाभूतां पैकी आकाश हे सर्वाधिक सूक्ष्म आहे. आणि म्हणूनच आकाशाचा गुण असलेला शब्द केवळ आकाशाचेच नव्हे तर त्याहून स्थूल असलेल्या इतर महाभूतांचेही सूक्ष्म गुण घेऊन आपल्या भेटीला येतो. पुन्हा या शब्दात, हजारो वर्षांच्या माणसाच्या सांस्कृतिक वाटचालीचे संचित असते. ह्याच शब्दात ज्ञानाचा प्रचंड स्त्रोत सूक्ष्मत्वात दडलेला असतो. आणि कवी जेव्हा ह्या शब्दात त्याचा प्राण फुंकतो तेव्हा कवितेतून अद्‌भूत अशा सौंदर्यभावाची निर्मिती होत असते. म्हणूनच शब्दाचे अपार सामर्थ्य वर्णन करताना ज्ञानेश्वर माऊलींनी म्हटले आहे,

'सूर्यबिंब जरी बचकेचि एवढे। तरी प्रकाशा त्रिभुवन थोकडे।
शब्दाची व्याप्ती तेणे पाडे। अनुभवावी।।'

शब्दाच्या ह्या सूक्ष्म सामर्थ्याकडे आणि त्याच्या प्रकाशमयतेकडे जेवढे लक्ष आपण द्यायला पाहिजे, तेवढे आपण देतो का? हा खरा प्रश्न आहे.

पं. कुमारजींना रागदारी संगीतात एक अभिनव प्रयोग करायचा होता. कुठल्याही तालवाद्याची सोबत न घेता त्यांना राग आणि बंदिशी सादर करावयाच्या होत्या, स्वर, राग, लय आणि ताल ह्या सर्वावर कुमारजींचे प्रचंड प्रभुत्व होते. कुठल्याही तालात, ते बंदिशीचे स्वर कसेही खेळवू शकत होते. तरीही तालवाद्य न घेता गावे असा विचार त्यांच्या मनात का आला असावा? मला असे वाटते की स्वरभाषेतून आपला भाव अभिव्यक्त करतांना, तालातील मात्रांचे खंड त्या भावरसाच्या प्रवाहात अडथळे आणतात अशी अनुभूती त्यांना आली असावी. बंदिशीतील शब्दांमधील काव्यभाव आणि स्वरांमधून प्रकटणारा राग भाव अभिव्यक्त करतांना, ठराविक

पूर्वनियोजित अंतरावर येणाऱ्या मात्रा, काल, सम ह्या गोष्टी प्रत्ययात कधी कधी कमीपणा आणू शकतात.

कवितेत काय किंवा गायनात काय उस्फूर्तता मला महत्त्वाची वाटते. ह्या उस्फूर्ततेतून प्रकटणारी कविता किंवा गाणे ही त्या शब्दांना, किंवा स्वरांना जन्म देत असते. त्यामुळे त्या भावाच्या आवेगानुसार शब्दांची किंवा स्वरांची लय बदलू शकते. कवितेचे जसे अंत:संगीत असते तसेच संगीतातील रागाचेही एक अंत:संगीत असते ह्या अंत:संगीताची स्वत:ची अशी एक लय असते आणि भावाच्या उत्कर्ष अपकर्षाप्रमाणे ही लय बदलते आणि अशावेळी पूर्वनियोजित वृत्त किंवा ताल, त्या रसपरिपोषात बाधा आणू शकतो. पतंजली म्हणतात,

'तीव्र संवेगानामासन्न:।
मृदुमध्याधिमात्रत्वात्ततोऽपि विशेष:।।'

उस्फूर्त कवितेत किंवा गायनात हा भाव मृदू, मध्य किंवा तीव्र अशा आवेगात प्रकट होत राहातो. एकाच तीव्रतेच्या भावस्थितीत, कवीला किंवा गायकालाही दीर्घ काळ वास्तव्य करता येत नाही. आणि म्हणूनच मनातील भावाच्या तीव्रतेच्या तरतम संवेगानुसार उस्फूर्त प्रकट होताना कवितेला वृत्त-छंदाची आणि गायकाला तालाची आवश्यकता असायलाच हवी, असे वाटत नाही. उलट अधिक मुक्त अशा अवकाशात तो आपली भावक्रीडा रंगवू शकतो.

असे असले तरी, कुठल्याही चांगल्या कवितेला आणि गाण्याला तिची स्वत:चीच अशी एक अंतर्भूत आणि परिपूर्ण अशी लय असते. कवितेच्या आत्म्याची ती एक आंतरिक सौंदर्यलीला असते. आणि म्हणूनच कवितेच्या सौंदर्यशास्त्रानुसार वृत्त, जाति, छंद आवश्यक असले तरी गेय कवितेसाठी सुद्धा ते अपरिहार्य आणि अनिवार्य नाहीत, तसेच अनिष्टही नाहीत.

ग़ालिब हा गझल ह्या काव्यप्रकारचा शहेनशहा. त्याने लिहिलेल्या अप्रतिम गझल आजही रसिकाला मंत्रमुग्ध करतात. त्यातील गूढ आणि सखोल आशयाने अंतर्मुख करतात. परंतु तरीही गालिब म्हणतो की त्याला ह्या गझलच्या रचनेचे बंधन वाटते. त्याने लिहिले आहे.

'बक़्द-ए-शौक नहीं, ज़र्फ़-ए-तँगना-ए-ग़ज़ल
कुछ और चाहिए वुस 'अत, मिरे बयाँ के लिए।'

ज़र्फ़ म्हणजे खोलगट भांडे आणि तँगना म्हणजे बंधनकारक. गालिब म्हणतो मला जे सांगायचे आहे त्यासाठी काफिया, रदिफची आवश्यकता असलेल्या गझलच्या भांड्याची खोली मला अपूरी वाटते, बंधनकारक वाटते. मला जो आशय सांगायचा आहे तो एवढा सखोल, उत्तुंग, अपार आहे की मला असे नवीन वुस 'अत (म्हणजे expanse) किंवा विशाल, अथांग, बंधनरहित माध्यम हवे आहे, अवकाश हवे

आहे, ज्यात मला अभिव्यक्त होता येईल.

शेवटी शास्त्रानुसार कला निर्माण होते की कलेच्या नवनवोन्मेषशालिनी आविष्कारातून शास्त्रांचा उदय झाला आहे, हे देखील आपण तपासून पहायला हवे. जेव्हा एखादा कवी किंवा गायक, उस्फूर्ततेतून अभिव्यक्त होतो, तेव्हा शब्दांच्या किंवा स्वरांच्या रूपात, त्यांच्या लगावात, त्यांच्या प्रयोगात फरक पडतो. कवितेच्या रचनाबंधात, ती ज्या वृत्तात किंवा तालात प्रकट झाली आहे, त्यात शास्त्राच्या विरुद्धही फरक पडू शकतो. तसेच ती कविता ज्या स्वरात किंवा चालीत आलेली असते, ती सुद्धा शास्त्राला वर्ज्य ठरू शकते. परंतु कवितेत किंवा गाण्यात असे जे बदल, फरक, प्रयोग घडतात ते अपरिहार्य म्हणून आलेले असतात. कवीच्या उस्फूर्त भावावस्थेतून, त्याच्याही नकळत रचनेत असे बदल घडून येतात.

केलेली कविता आणि आलेली किंवा झालेली कविता ह्यातला फरक, तरल संवेदना असलेल्या रसिकांना लगेच जाणवते. आधीपासून एखाद्या वृत्तात कविता करायची आहे असे म्हणून खरी कविता प्रसवू शकते का? अशा कविता किंवा गीते रचता येऊ शकतील, बांधता येऊ शकतील पण त्यात अंतरंगातील उस्फूर्ततेच्या प्रसादाचा अभाव जाणवेल. अशा कविता बुद्धिरंजन करू शकतील. त्यात शब्दांची, वृत्ताची, तालाची उत्तम कारागिरीसुद्धा दिसेल. परंतु अशा बांधलेल्या कवितेतून, कवीच्या आंतरिक उर्मीचा कमीपणा जाणवत राहिल.

खरा कवीपिंड असलेला माणूस कधीच मुद्दाम कविता लिहित नाही किंवा करीतही नाही. मी अनेकदा विचार करतो की मला अशा अनेक कविता का झाल्या? हजारो माणसांमधील एखाद्याला अशी कविता व्हावी ह्यामागे काय रहस्य आहे? कोणते गुपित दडलेले आहे? कवितेची निर्मिती एखाद्याच तरल संवेदनाक्षम व्यक्तीकडून का व्हावी? ही तरलता, संवेदनक्षमता, उन्मुक्तता, उस्फूर्तता लाभणे, हे कोणत्या पुण्याचे लक्षण आहे? मला अजूनही ह्या प्रश्नाचे उत्तर मिळालेले नाही.

माझे काका, बाकीबाब म्हणत, ‘मी कविता मुद्दाम लिहिलीही नाही आणि केलीही नाही. मला कविता येते किंवा होते. स्त्रियांना जशी मूले होतात तशी मला कविता होते.’

कवयत्री संजीवनी मराठे म्हणतात,

‘कशी अचानक जनी प्रकटते मनातील उर्वशी
मी न कुणाला सांगायची कविता स्फुरते कशी।’

कवीवर्य आरती प्रभू काव्यप्रतिभेबद्दल आपल्या एका कवितेत म्हणतात,

‘ती येते, आणिक जाते
येताना कळ्या आणते
जाताना फुले मागते’

कविता म्हणजे काय आणि ती कशी निर्माण होते, ह्याविषयी सांगताना महान कवी वर्डस्वर्थ ने म्हटले आहे,

Poetry is the sponteneous overflow of powerfull feeling, recollected in tranquility.

आणखी एका पाश्चात्य कवीने, कवितेची व्याख्या सांगताना म्हटले आहे.

'Poetry is not what is said, but how it is said.' म्हणजे इथे त्याने कवितेच्या आशयापेक्षाही, कवितेच्या रचनेला, घाटाला प्राधान्य दिले आहे.

आपल्या भारतीय परंपरेत, आपणास ज्ञात असलेला पहिला महान कवी म्हणजे वाल्मिकी. सरोवरात, कंबरेपर्यंत पाण्यात उभा राहून तो सूर्याला अर्ध्य देत होता आणि तेवढ्यात तीरावरील एका वृक्षावर, रतिक्रीडेत दंग असलेल्या क्रौंच पक्ष्यांच्या युगुलातील एकाला व्याधाच्या बाणाने ठार मारले. त्यावेळचा त्या क्रौंच पक्षिणीचा आक्रोश पाहून वाल्मिकीच्या मुखातून त्या निषादाला उद्देशून जो शाप निघाला, त्याचाच श्लोक झाला.

'मा निषाद प्रतिष्ठां त्वां अगम: शाश्वती समा:
क्रौंच मिथुनादेकम् अवधी: काममोहितम्।'

आम्हाला ज्ञात काव्यपरंपरेतील हा पहिला श्लोक, पहिली कविता. वाल्मिकीला झालेल्या शोकाचा श्लोक होतो, त्याने दिलेल्या त्या शापाचाही श्लोक होतो. इथे Powerful feelings ह्या tranquility मध्ये आठवण्याची प्रक्रिया घडतच नाही. भावना आणि त्यांचे स्मरण असा हा कवितेचा प्रकार न होता, भावनेच्या तीव्र संवेगाच्या उस्फूर्त उद्‌गारातून, ही आमच्या भारतीय परंपरेतील पहिली कविता प्रकट होते. कविता निर्मितीच्या ह्या प्रक्रियेत, भावनेच्या उद्रेकाचे कवितेत रूपांतर होण्यातला Latent period हा जवळजवळ लुप्त झालेला दिसतो. भावनेचा आवेग आणि कवितेचे उद्‌गार ह्यामधला कालावधी हा कधी तत्क्षणी होतो तर कधी तो सुप्तावस्थेत, गुप्तावस्थेत किंवा प्रदीर्घ असा असू शकतो. मनातील भावातून कविता उमटणे हे भावाची तीव्रता, कवीची काव्य साधनेतील तयारी, त्याची तपश्चर्या आणि सर्वात महत्त्वाचे म्हणजे प्रतिभेच्या दिव्य किरणांनी कवीच्या अंतरात्म्याला मुखरित करण्यावर अवलंबून असते. म्हणूनच कविता का? कशी? कधी? कुठे? प्रकट होईल हे कवींनाही सांगता आलेले नाही.

'निर्मिती' नावाच्या माझ्या एका कवितेत, माझ्याकडून असे उद्‌गार निघाले आहेत.

'स्रोतात उर्मीच्या कैसे हे दिगंबराचे न्हाणे'
मी तुझ्यात विरुनी जाणे, मी मलाच विसरूनि जाणे।

माझा स्वत:चा अनुभव असा आहे की जेव्हा तुम्हाला कविता होत असते, तेव्हा

तुम्ही स्वत:चेच राहिलेले नसता. कवितेच्या ओळी जेव्हा तुमच्याकडे येत असतात, तेव्हा स्थळकाळाचे भान राहिलेले नसते. आपले नाव, गाव, आशा-आकांक्षा सगळे सगळे कुठेतरी विरून गेलेले असते. आपला धर्म, जात, शिक्षण, व्यवसाय, प्रतिष्ठा, मान-अपमान सगळ्या उपाधी जणू त्या क्षणात गळून गेलेल्या असतात. आयुष्य जगताना, आपणच आपल्या चेहऱ्यावर चढवलेले (कळत-नकळत) अनेक मुखवटे नाहीसे झालेले असतात. आपल्या मनाला नेसविलेल्या सगळ्या कृत्रिम वस्त्रप्रावरणांचा शृंगार उधळून गेलेला असतो. अनामिक उर्मीच्या स्रोतात मन आणि बुद्धी न्हाऊन निघतात, शुचिर्भूत होतात. मन दिगंबर होते आणि त्या आनंद वर्षावात न्हाऊ लागते. स्वत:च्या अस्तित्त्वाचाच विसर पडतो आणि मग कवी त्या प्रतिभेच्या चरणांशी लीन होतो. त्या शारदेय तेजात विरून जातो, तदाकार होतो. अशा प्रातिभ क्षणी, कवीच्या ओठावर कवितेच्या ओळी उमटत असतात. ती खरी कविता, बाकीची केवळ शब्दांची, वृत्ताची, तालाची कारागिरी असते.

आता त्या कवितेचे तोल-मोल काय असेल हा वेगळा भाग झाला. कवीला त्या कवितेसाठी कोणते शब्द सुचावेत, उपमा आणि उपेक्षा सुचाव्यात किंवा कोणत्या प्रतिमांची (नव्या किंवा जुन्या) चित्रे त्याच्या कवितेतून साकार व्हावीत, हे त्या कवीच्या चित्तसंस्कारांवर आणि चित्तप्रसादावर अवलंबून असते.

मला तरी असे वाटते की माणसाच्या चित्तावर जन्मापासून संस्कार होत असतात आणि काही संस्कार हे गत जन्मीचे, गतानुभूतींचे असतात. लहानपणापासून आई-वडिल, भावंडे, नातेवाईक, मित्र, शिक्षक अशा अनेक व्यक्तींशी घडलेला सुसंवाद किंवा विसंवाद, तसेच आयुष्यात ज्याला सामोरे जावे लागले ती परिस्थिती, त्या घटना, ह्या सगळ्यांचा कळत-नकळत चित्तावर संस्कार घडत असतो. ऐकलेले शब्द आणि स्वर, पाहिलेले आकार, रेषा, रंग, प्रकाश, छाया, अवकाश चित्तात उमटत राहातात. आयुष्यात अनुभवलेले विविध गंध आणि स्पर्श जाणता-अजाणता चित्तात स्पंदनरूपात वास करून असतात. आयुष्य जगतांना, माणसाच्या चित्तावर असे अनंत संस्कार त्याच्याही नकळत, त्याच्या जाणीवेत आणि नेणीवेत साठून राहतात, साचून राहतात. माणसाचे चित्त म्हणजे एक महाप्रचंड गुहा. त्या प्रचंड गुहेत पुन्हा अनेक गुहा. कुठल्या गुहेतून कधी फणा उभारलेले वासनांचे नाग बाहेर येतील, कुठल्या गुहेतून विकारांचे अजगर अक्राळविक्राळ रूप घेऊन प्रकटतील, कुठल्या गुहेतून ज्ञानाचे शंख शिंपले आपले सौंदर्य प्रकट करतील आणि कुठल्या गुहेतून विवेकाची हिरे-माणके आपल्या स्वयंभू तेजाने तळपू लागतील, हे स्वत:चेच स्वत:ला माहीत नसते आणि म्हणूनच आधीपासून सांगताही येत नाही.

पुन्हा जीवनात जी पुस्तके आपल्या वाचनात येतात, जी नाटके-सिनेमा आपण पाहतो, ज्या संगीत मैफिली, व्याख्याने आपण ऐकतो त्या सगळ्याबरोबर, इतरांच्या

चित्तावर झालेल्या संस्कारातलाही काही भाग आपण आपल्या चित्तात साठवीत असतो.

ह्या अनंत संस्कारांच्या साठवणीतून कुठल्या संस्कारांचे, विचारांचे आणि विकारांचे अपण चिंतन करता आणि मनन करता, ह्यावर तुमचे स्वत:चे चित्तसंस्कार अवलंबून असतात. कुठलाही कवी सुद्धा, असेच त्याच्या नकळत त्याच्याकडे आलेल्या आणि त्याने स्वत: निवडलेल्या चित्तसंस्कारानी घडत असतो.

अखेरीस ह्याच चित्तसंस्कारांमुळे, कवीच्या भाववृत्तीची जात, प्रत आणि दिशा घडत असते. 'यदेव रोचते यस्मै, भवेत् तत्तस्य सुंदरम्।' ह्या न्यायाने प्रत्येक कवी आपल्याला सुंदर वाटणाऱ्या वृत्तीतून आपली कविता लिहायला लागतो. काही निसर्गकवी होतात, काही प्रेमकवी होतात, काही कवितेतून विद्रोही सूर आळवू लागतात तर काही सामाजिक विषमतेविरुद्ध, दंभाविरुद्ध कवितेतून तुतारी फुंकू लागतात. 'मी दु:खाचा महाकवी' म्हणूनही काही कवी कविता लिहितात. काही कवी दुर्बोधतेच्या बुरख्यात लपलेली कविता लिहितात तर आणखी कुणी कवी 'गूढ-गुंजनात्मक' कवितेत सुंदरता शोधतात.

कुठेलही काव्य हे भावामुळे प्रकट होते. बुद्धीमुळे नाही. म्हणूनच कवितेच्या बाबतीत, माझ्या दृष्टीने कवीची भाव-वृत्ती आणि भाव-सृष्टी ही अत्यंत महत्त्वाची आहे. ही भाव-वृत्ती आणि भाव-सृष्टी, कुठलाही कवी स्वत: घडवू शकतो का? कवीच्या व्यक्तीत्त्वाचा मूळ पिंड, त्याच्यावर जाणता-अजाणता झालेले, लादले गेलेले आणि त्याने स्वत: निवडलेले व रुजवलेले चित्तसंस्कार आणि त्याला लाभलेल्या प्रतिभेचा स्तर ह्या तीन मूलभूत गोष्टींवर त्या कवितेची अभिजातता अवलंबून असते. कवीच्या मूळ पिंडाचा बहुतांश भाग आनुवंशिक असतो. त्यामुळे मूळ पिंडात जरी जाणीवपूर्वक बदल घडवून आणायचे ठरवले तरी ते कठीण होऊन बसते. काय प्रतिची आणि कुठल्या जातीची प्रतिभा तुम्हाला प्राप्त होईल, ते ही तुमच्या हातात नसते. त्यामुळे केवळ चांगल्या चित्त संस्कारांनी कवी अपल्या कवितेतील शब्दसौंदर्य, नादसौंदर्य, अर्थसौंदर्य आणि भावसौंदर्य ह्यांचे उन्नयन करू शकतो. म्हणूनच अभिजात कवितेच्या बाबतीत चित्तसंस्कारांचे महत्त्व अनन्यसाधारण आहे.

आता पुन्हा प्रश्न उद्‌भवतो की उन्नयन झालेली अभिजात कविता ही कशावरून ठरवायची. इथेही पुन्हा रसिकांच्या आणि समीक्षकांच्या चित्तसंस्कारांचाच निर्णय मान्य करावा लागतो. आणि त्यासाठी कवीची किंवा रसिकांची कवितेविषयी धारणा कोणती आहे, हे आधी ठरवावे लागते.

कविता म्हणजे वृत्त-छंद-जाति किंवा मुक्तछंदात केलेली केवळ शब्दांची जुळवाजुळव आहे का? कविता ही राजकीय विडंबनासाठी वापरायचे शस्त्र आहे का? उथळ किंवा चावट विनोद सांगणारी ती वात्रटिका आहे का? दोन घटका

करमणूकीसाठी लिहिलेले ते गाणे आहे का? पैशांसाठी शब्दांशी, उपमांशी, कल्पनांशी केलेली ती शय्यासोबतआहे का? किंवा लोकांना जे आवडते तसे लिहून प्रसिद्धीसाठी काव्यदेवतेशी केलेली ती प्रतारणा आहे का? अखेरीस कवितेचा खरा अर्थ काय?

आपल्याकडे पूर्वी कवींना मंत्रद्रष्टा असे म्हणायचे. मंत्रद्रष्टा म्हणजे ज्याला मंत्र नुसते ऐकू येत नाहीत तर त्याला ते प्रत्यक्ष दिसतात. तनाला तारणारे ते तंत्र आणि मनाला तारणारे ते मंत्र. कविता ही अशी मनाला तारणारी हवी. रसिकाला जगण्याचा मंत्र देणारी हवी. त्याला भारून टाकणारी हवी. त्याचे जीवनातील काही क्षण का होईना, प्रकाशमय करणारी हवी. कवितेतून रसिकाला सत्यम्, शिवम्, सुंदरम् चे किंचित काळ का होईना दर्शन घडायला हवे. मानवी जीवनातील, निसर्गातील, भाव-भावनांतील बंध-अनुबंध उलगडता उलगडता एका अवर्णनीय आनंदाचा साक्षात्कार व्हायला हवा. अष्ट-सात्विक भाव रसिकाच्या मनात दाटून यायला हवेत. एखादी अशी उत्कृष्ट कविता वाचतांना काही कडव्यांशी स्तब्ध उभे राहावेसे वाटते, काही ओळी वाचता वाचता डोळ्यात अकारण अश्रू दाटून येतात तर काही ओळींच्या भावाने संपूर्ण शरीर रोमांचित होते. ह्याचा अर्थ कविता फक्त सात्त्विक भावाच्या असाव्यात असे मुळीच नाही.

'रसौ वै सः' असे म्हटलेले आहे. त्यामुळे कवितेला कुठलाच रस वर्ज्य नाही. खऱ्या कवीला नवरसात आपल्या कवितेला न्हाऊ घालता यावे लागेल. कविता शृंगार, करुणा, प्रेम, विरह, वीर किंवा रौद्रच नव्हे तर बीभत्स रसात जरी असेल तरी जर तिच्यात अभिजातता असेल तर ती अष्टसात्त्विक भाव जागी करू शकते. आपल्याकडे हजारो वर्षांपासून अगदी भरतमुनींनी सुद्धा जो रस-सिद्धान्त मांडला आहे, त्यात शृंगाररसाला सर्व रसांचा राजा मानले आहे. परंतु ७५० वर्षांपूर्वी ज्ञानदेव नावाच्या एका महाकवीने हा सिद्धांत मोडून, शांतिरस हा सगळ्या रसांचा राजा आहे, हे प्रतिपादन केले आहे. श्री ज्ञानदेवांनी म्हटले आहे,

जयाचिया बरवेपणी। कीजे आठां रसांची वोवाळणी
जो सज्जनांचिये आयणी। विसांवा जगी।।
तो शांतुचि अभिनववेल। ते परियसां मऱ्हाटे बोल
जे समुद्राहूनि सखोल। अर्थ भरित।।

कारण एकतर कुठल्याही रसाचा परिपोष होत गेला आणि तो उत्कर्षाला गेला की त्या रसाचाही अंतिम शेवट शांत रसातच होतो. आणि हाच रस माणसामधल्या सज्जनतेला विसावा देणारा आहे, आनंद देणारा आहे. म्हणूनच ज्ञानदेव म्हणतात की शांत रसातील त्यांचे शब्द केवळ अर्थभरितच नव्हे तर ते समुद्राहूनही सखोल आहेत.

कवितेतील कुठल्याही रसाचा असा अर्थभरित आणि भावपूर्ण परिपोष कसा

व्हावा, त्या रसाचा परमोत्कर्षबिंदू कसा गाठला जावा हेसुद्धा पुन्हा कवीची धारणा, त्याचे चित्तसंस्कार आणि प्रतिभा ह्यावर अवलंबून असते. आपल्या पिंडाशी, इच्छेशी, धारणेशी प्रामाणिक राहून कवीला आपले चित्तसंस्कार जाणीवपूर्वक निवडावे लागतील पूर्वसूरींच्या त्या त्या रसातल्या अभिजात कविता, साहित्य वाचावे लागेल. त्या काव्याचा अभ्यास करावा लागेल. त्याचे परिशीलन करावे लागेल आणि जाणीवपूर्वक निवडलेल्या विचारांचे, रचनांचे, आशयाचे मनन चिंतन करून आपल्याला हवे आणि आवश्यक असलेले संस्कार चित्तावर करून घ्यावे लागतील.

भगवान पतंजलीच्या अष्टांगयोगात, योगाची आठ अंगे सांगितली आहेत. यम, नियम, आसन, प्राणायाम, प्रत्याहार ही बहिरंग साधने आहेत आणि धारणा, ध्यान, समाधि ही अंतरंग साधने आहेत. योग म्हणजे युक्त होणे. कवीला सुद्धा कवितेशी युक्त राहण्यासाठी अशीच बहिरंग आणि अंतरंग साधना करावी लागते. संगीतात स्वर आणि कवितेत शब्द हा अक्षर देह आहे. कवितेतील चैतन्य व्यक्त होते ते शब्दातून. म्हणूनच शब्दसृष्टीचे अवलोकन करावे लागते. शब्दांची अनेक रूपे, त्यातील व्याकरण त्यातील चित्रमयता आणि नादमयता ह्यांचा सखोल अभ्यास करावा लागतो. पूर्वसूरींनी सांगितलेली मिथके, उपमा, उत्प्रेक्षा, अर्थालंकार, शब्दालंकार मनात आणि स्मरणात जाणीवपूर्वक साठवावे लागतात. वृत्त, जाति, छंद ह्यांच्या ज्या गतीशील प्रवाहातून कविता प्रकटते, त्या प्रवाहात स्वत:च्या मनालाही न्हाऊ घालावे लागते. ते छंद तना-मनात घोळवावे लागतात, घुमवावे लागतात. कुठल्याही कलेच्या उत्तम अभिव्यक्तीसाठी त्या त्या कलेचे जे माध्यम असते, त्याची ओळख तर करून घ्यावीच लागते परंतु त्या माध्यमावर काही प्रमाणात का होईना, प्रभुत्त्वही संपादन करावे लागते. परंतु माध्यमावरील प्रभुत्व म्हणजे काही कला किंवा कविता नव्हे. शब्द, व्याकरण, वृत्त-जाति-छंद, ताल आणि अलंकार ही सर्व कवितेच्या बहिरंगाची साधना आहे. ह्या साधनेमुळे उत्तम पद्य लिहिता येऊ शकेल पण म्हणून ती कविताच असेल असे सांगता येणार नाही. त्या पद्यात काव्यमूल्ये असल्याशिवाय कवितेची निर्मिती होऊ शकत नाही.

काव्य मूल्ये कशाला म्हणायचे ह्यावरही भिन्न प्रकृतीच्या आणि प्रवृत्तींच्या लोकांचे मतभेद होऊ शकतात. परंतु मला तरी असे वाटते की ‘व्यर्थि अधिकचि अर्थ वसे, तो ज्यास दिसे त्या म्हणती पिसे’ असे थोडेतरी ‘पिसेपण’ कवीच्या मनात असावे लागते. हे पिसेपण म्हणजे व्यावहारिक दृष्टीने ठरणारा वेडेपणा आणि दुसरे म्हणजे संवेदनांचा एवढा तरलपणा, अगदी पीसांसारखा, साध्या झुळकीनेही हेलावणारा. प्रत्येकालाच ही संवेदनाक्षमता कमी-अधिक प्रमाणात जन्मत:च असते पण ही तरलता अधिक सूक्ष्म करण्यासाठी कवीला अंतरंगाची साधना करावी लागते. मग ह्या तरल मनाला ‘साध्या ही विषयात मोठा आशय’ आढळायला लागतो. जे जे उन्नत,उदात्त,

मंगल ते ते महन्मधुर वाटायला लागते. कुणाचेही दु:ख पाहून दया भाव, कारुण्य हृदयात दाटून येऊ लागते. कुणाचेही सुख पाहून त्या कवी मनाला आनंदाचे भरते येऊ लागते. जिथे जिथे सत्य आहे, सौंदर्य आहे, शिवत्त्व आहे, तिथे तिथे ते कवी मन लोभावते आणि रुंजी घालू लागते. आणि प्रतिभा प्रसन्न झाली तर मग त्याच क्षणी जीवनाच्या लावण्याची, ऐश्वर्याची स्तोत्रे गाऊ लागते.

धारणा, ध्यान, समाधि ह्या योगसाधनेतील अंतरंग साधने सारखीच कवीलाही अंतरंग साधना करावी लागते. 'स्वधर्मो निधनं श्रेय: परधर्मो भयावह:' प्रमाणे कवीला, सर्वप्रथम आपल्या कवित्त्वाचा मूळ पिंड कोणता? त्या कवित्वपिंडाचा मूळ धर्म कोणता? हे ओळखावे लागते. संवेदनांची तरलता हा जरी कवित्वशक्तीचा मूलभूत पाया असला तरी कवीची त्याच्या कवितेविषयीची धारणा ही त्याच्या अभिव्यक्ती मागील मूळ प्रेरणा ठरते. कवितेतील शब्दकळेचे, अंत:संगीताचे, अर्थगौरवाचे, पदलालित्याचे, रचनेचे आणि आशयाचे उन्नयन हे कवीच्या ह्या मूळ धारणेवर अवलंबून असते. लोकान्तात आणि एकान्तातही कवी आपल्या संस्कारांवर, विचारावर, भावनेवरही चिंतन करत असतो. जगात चालत असलेल्या असंख्य घडामोडींच्या खेळात सहभागी होताना किंवा नुसताच तो खेळ पहात असतानाही, 'साक्षीभावाने' कवी ते सगळे अनुभवत असतो. 'बैसोनि उदास शुद्ध करी चित्त, तया सुखा नाही पारावर' अशी काहीशी अध्यात्मिक अनुभूती कवीला अशा साक्षीत्त्वाच्या क्षणात येत असते. आणि जीवनाविषयी आणि कवित्त्वाविषयीची त्या कवीची धारणा दृढ व्हायला लागते.

कवीचे जेव्हा काव्यविषयात ध्यान लागते तेव्हा तो लौकिक, व्यावहारिक जगातून वर उचलला जातो. इहलोकातून तो काव्य लोकात प्रवेश करतो. एका असीम, नीरव शांततेत त्याला शब्दांचे अनुनाद-निनाद ऐकू येऊ लागतात. स्वत:च्या मनात उदयाला आलेल्या ह्या कवित्वाच्या प्रत्ययाने तो क्षणभर स्वत:च अचंबित होतो. परंतु त्याच वेळी त्या प्रत्ययाशी तो कवी एकतानताही पावू लागतो. 'प्रत्ययैकतानता ध्यानम्.' कवीची ही एकतानता म्हणजेच कवीचे ध्यान.

ह्यापुढची अवस्था असते कवीची समाधि लागणे. काव्यभावाच्या आनंदात कवी इतका डुंबून जातो की कवीला मग काही क्षण, स्थळकाळाचे आणि स्वत:च्या देहाचेही भान राहत नाही. त्या अद्‌भूत क्षणात त्याच्या अहंकाराचाही विलोप घडून येतो. कवी स्वत:च एका आनंदमय विदेहावस्थेत जातो आणि त्याच्या ह्या अलौकिक आनंदाच्या अवस्थेत जर प्रतिभेच्या दिव्य किरणांनी त्याच्या अंत:करणात प्रवेश केला तर मग त्या क्षणी, कवीच्या वाणीतून जे उद्‌गार निघतात त्याची एक सुंदर कविता होते. आणि अशी कविताच मग मंत्रमयी होते. हीच कविता मानवी जीवनासाठी तारक, प्रेरक आणि उद्धारक ठरते.

म्हणजेच कवीने, कवित्त्वशक्तीच्या प्राप्तीसाठी कितीही बहिरंग आणि अंतरंग साधना केली तरी प्रतिभेचा प्रसाद मिळाल्याशिवाय अभिजात कवितेची निर्मिती होऊ शकत नाही. कवी आपण स्वत: निवडलेले संस्कार चित्तावर करीत राहतो. त्याचे सतत मनन-चिंतन करीत राहतो. कवित्त्व प्राप्त व्हावे हा ध्यास बाळगतो. ही एक प्रकारची तपश्चर्याच असते. जसे पूर्वी ऋषींच्या तपश्चर्येचा भंग करायला राक्षस यायचे तसे कवीच्या तपश्चर्येतही अनेक अंतराय, विक्षेप येत राहतात. स्त्यान, आलस्य, व्याधि, संशय, प्रमाद, अलब्धभूमिकत्त्व असे अनेक अंतराय किंवा विक्षेप योगसाधनेप्रमाणेच काव्यसाधनेतही येत राहतात. ह्या सगळ्यांवर मात करीत कवीने जरी कवितेसाठी आपली चित्तशुद्धी केली तरीही प्रतिभा जोपर्यंत प्रसन्न पावत नाही तोपर्यंत कविता वाणीतून उमटत नाही, उमलत नाही, फुलत नाही. शब्दकळेचे, वृत्तांचे, अर्थाचे, बुद्धीचे, गनाचे असे उन्नयन जरी कवी घडवीत गेला तरी प्रतिभेशिवात सर्व प्रयत्न व्यर्थ ठरतात. अखेरीस 'प्रतिभा प्रणिधानादेव च' असे म्हणून त्याला प्रतिभेची आराधना करावी लागते. काव्यसमाधीत प्रतिभेची प्रार्थना करावी लागते.

पुन्हा ही प्रतिभा एवढी सूक्ष्म, की ती दिसत नाही, ऐकू येत नाही पण जाणवते. तिची ओळखही प्रत्येक कवीला वेगवेगळ्या रूपात होते. प्रतिभेची, नवरसांप्रमाणेच न दिसणारी विविध रूपे आहेत. कधी आकाशातून कोसळणाऱ्या वीजेच्या लोळाप्रमाणे ती कवीच्या अंत:करणात कोसळते आणि मग खानोलकरांसारखा कवी म्हणतो, 'माझ्या कवितेच्या वाटेला जाऊ नका, जळून खाक व्हाल.' केशवसुतांसारख्याला तिची अशी अनुभूती येते की ते म्हणतात,

'ज्ञाताच्या कुंपणावरून, उड्डाण करून
चिद्‌घनचपला जी जाते,
नाचत तेथे लखलखते,
अद्‌भुत आकृत्ति तिज दिसली
त्या गाताती निगूढ गीती
त्या गीतीचे स्वर निघती
झपूर्झा, गडे झपूर्झा।।'

बोरकरांसारख्या सिद्धहस्त कवीलाही, प्रतिभेवाचून कवीचे पोरकेपणा जाणवते. ते ह्याच काव्यप्रतिभेला तेजोदेवता म्हणून संबोधतात आणि तिची मनधरणी करतात, आळवणी करतात की, 'चपल तुझे चरण जरा या घरी स्थिरावे.' प्रतिभा ही चंचल नसली तरी चपळ आहे. पारा जसा हातातून निसटून जावा तशी क्षणभरात प्रतिभाही कवीच्या हातून निसटून जाऊ शकते. प्रतिभेचा हा तेजोमय लोळ, बोरकरांना वाळवंटातील रेताडात चांदण्याची रोपे रुजविण्याचे कवित्त्व देऊन जातो तर कुसुमाग्रजांना 'गर्जा जयजयकार, क्रांतीचा गर्जा जयजयकार'सारख्या शब्दातून, जनमानसात जाज्वल्य

आणि उत्कट देशभक्तीची मशाल पेटविण्याचे सामर्थ्य देऊन जातो. 'प्रतिभा'ही तेजाची देवता आहे. कधी उन्हातून, कधी चांदण्यातून, कधी ताऱ्यातून तर कधी वाऱ्यातून, कधी सूर्यातून तर कधी काजव्यातून, कधी विचाराच्या संगातून तर कधी विकारांच्या रंगातून, कधी नंदादीपाच्या प्रकाशाच्या कांतीतून तर कधी समईच्या मंद प्रकाशाच्या शांतीतून ही तेजोदेवता, दिव्य प्रकाशस्फुल्लिंग चेतवीत राहाते आणि मग ती कविता प्रकाशमय होते. प्रतिभेचा धर्म आहे तेजाचा, प्रकाशाचा, मांगल्याचा आणि अमरत्वाचा. म्हणून आपल्या हिंदू परंपरेत आणि संस्कृतीत ज्याचे चित्तसंस्कार विकसित झाले आहेत तो कवी ह्या 'प्रतिभेकडे' मागणे मागतो, प्रार्थना करतो,

'असतो मा सत् गमय
तमसो मा ज्योतिर्गमय
मृत्योर्मा मा अमृतं गमय।'

मला असे मनापासून वाटते की सर्वच कलांचा, संगीताचा, साहित्याचा आणि काव्याचाही अंतिम उद्देश असतो 'सत्य, शिव आणि सौंदर्य ह्यांचे उद्गान करणे. मानवी जीवनाला आणि मनाला अंधारातून प्रकाशाकडे नेणे, असत्याकडून सत्याकडे नेणे, नश्वरतेकडून अमरत्वाकडे नेणे. माणसाच्या मनाला प्रसन्नतेचे, मांगल्याचे आणि शिवतेचे वरदान देणे.'

आदर्शवादी, परंपरागत, पोथीनिष्ठ विचारातून मी ही कवितेविषयी भूमिका मांडण्याचा प्रयत्न बिलकूल करीत नाही. कवितेविषयी जी जाणीव गेल्या ४०-४५ वर्षात माझ्यात विकसित होत गेली, त्या जाणीवेतून मी माझी भूमिका सांगत आहे. माझ्या चित्तावर साहित्याचे, संगीताचे, कवितेचे जे संस्कार झाले, कुठल्या भावस्थितीत माझ्याकडून कविता लिहिल्या गेल्या, ह्या सर्वांच्या, स्वतःच्या व्यक्तीगत अनुभूतीतून घडलेली ही माझी कवितेविषयी धारणा आहे.

माझ्याच कविता मी पुन्हा जेव्हा वाचतो, तेव्हा त्या मला का, कशा आणि अशाच का स्फुरल्या ह्याचे उत्तर मला अजूनही सापडलेले नाही. पण कवितेच्या चित्तसंस्कारांचा जेव्हा मी विचार करतो; तेव्हा मला माझे बालपण आठवते. माझ्या आईचा गळा गोड होता. पण तिने कधी कुणासमोरही मोठ्याने गाणे म्हटलेले मी ऐकले नाही. पण खुषीत असली की नेहमीच कुठल्या तरी कविता, भजन किंवा भावगीते गुणगुणायची. ४ थी इयत्तेत असल्यापासून ते ११ वी पर्यंत, मी अभ्यासासाठी पहाटे ४-४.३० ला उठायचो. अभ्यास करताना सोबत मला नेहमी आई लागायची. तिला शिवणाचीही खूप आवड. ती मग पहाटे शिवणाच्या मशीनवर नवे-जुने कपडे शिवायची आणि शिवता शिवता त्या मशीनच्या तालावर कविता, गाणी म्हणायची. आम्ही गोव्याचे सारस्वत. आमच्याकडे जेवणात रोज नारळाची कढी लागते. त्याकाळी मिक्सर नव्हते. दगडाचा पाटा-वरवंटा किंवा ज्याला आम्ही रगडा म्हणत असू तो

घरी होता. त्या रगड्यावर नारळाच्या खोबऱ्याचे अगदी वस्त्रगाळ गंधासारखे वाटप व्हायला तास-दीड तास लागे. एकीकडे मी अभ्यास करीत असे आणि दुसरीकडे माझ्या बाजूलाच, आई नारळाचे वाटण करीत असे. पूर्वी जात्यावर बायका ओव्या गात असत. माझी आई ओव्या गात नसे. पण कित्येक कविता तिला मुखोद्‌गत होत्या, कोकणी आणि मराठीसुद्धा. भल्या पहाटे ती त्या कविता, गाणी म्हणायची, 'आजीच्या जवळी घड्याळ कसले आहे चमत्कारिक', 'हा हार शुभ्र किती आई, किती कोमल सुंदर पाही', 'हळूहळू दिनमणी हा उदयाचली आला', 'देवा तुझे किती सुंदर आकाश', 'मन शुद्ध तुझं गोष्ट आहे पृथ्वी मोलाची' अशा अनेक कविता मी माझ्या आईकडून ऐकल्या आणि त्या मला सहज पाठही झाल्या. सकाळी ६ ते ६.३० तसेच ११ ते ११.३० ह्या ठरलेल्या वेळात, माझी आई नियमितपणे रेडिओवर मराठी भजने, नाट्यगीते आणि भावगीते ऐकत असे. हिराबाई बडोदेकर, जोत्स्ना भोळे, माणिक वर्मा, सुधीर फडके ह्यांची कित्येक भावगीते, ती काम करता करता गुणगुणत असे. मी अभ्यास करता करता, ही गाणी ऐकत असे. शाळेतील १०-११ वर्षाच्या काळात सातत्याने पण नकळतपणे, माझ्यावर असे कवितांचे आणि गाण्याचे संस्कार होत गेले.

माझ्या वडिलांचे भारतीय रागसंगीतावर विशेष प्रेम. त्याकाळात दर शनिवारी रात्री, शास्त्रीय संगीताचा एक तासाचा ऑल इंडिया रेडिओवर, राष्ट्रीय कार्यक्रम सादर होत असे. वडिलांबरोबर अनेक वर्षे, मी हा रागसंगीताचा कार्यक्रम ऐकत असे. राग संगीत त्या वयात समजत नसले तरी मोठमोठ्या कलाकारांचे गायन, वादन कानावर पडत राहिले. शिवाय माझ्या वडिलांबरोबर आणि काकांबरोबर कुमार गंधर्व, भीमसेन जोशी, मोगूबाई कुर्डीकर, किशोरीताई, संगमेश्वर गुरव, पं. जसराज, गंगूबाई हनगल अशा दिग्गज गायक-गायिकांच्या शेकड्यांनी मैफिली मला ऐकायला मिळाल्या.

माझ्या आईला दागिने आणि कपड्यांची एवढी हौस नव्हती. पण नाटकाची हौस होती आणि त्यातही विशेष करून संगीत नाटकांची. विलेपार्ल्यात त्याकाळी सांस्कृतिक वातावरण अतिशय उच्च दर्जाचे होते. वर्षातून दोनदा नाट्यमहोत्सव साजरा होत असे. प्रत्येकवेळी एक आठवडाभर नाटके बघायची ती संधी, मला आईमुळेच मिळाली. त्यामुळे शाळेतल्या त्या आठ-दहा वर्षांत, माझ्या आईबरोबर मी मराठी रंगभूमीवरची, त्या काळची १००-१५० उत्तम नाटके पाहिली.

पार्ल्यातील आमची शाळा 'पार्ले टिळक विद्यालय' आणि 'लोकमान्य सेवा संघ' म्हणजे पार्ल्याचा श्रेष्ठ सांस्कृतिक ठेवा. शाळेत वाटवेबाई, नी. र. सहस्त्रबुद्धे सर ह्यांनी माझी साहित्यातील आणि कवितेतील गोडी तर वाढवलीच पण माझी अभिरूचीही उत्तम दर्जाची केली. आचार्य मा. सी. पेंढारकर सरांनी आम्हा विद्यार्थ्यांना

संस्कृत भाषेचे प्रेम निर्माण केले.

लोकमान्य सेवा संघातर्फे हेमंत, शरद, वसंत व्याख्यानमाला चालायच्या. गणेशोत्सवात ११ दिवस उत्तम साहित्यिक, सांगितिक आणि सांस्कृतिक मूल्य असलेले विविध कार्यक्रम सादर केले जात. वर्षभर चालणाऱ्या ह्या सांस्कृतिक आनंदोत्सवांमुळे, आम्हा विद्यार्थ्यांना अप्पा पेंडसे, तर्कतीर्थ लक्ष्मणशास्त्री जोशी, के. ना. वाटवे, पु. ल. देशपांडे, आचार्य अत्रे, शिवाजीराव भोसले अशा अनेक विद्वानांची आणि उत्कृष्ट वक्त्यांची भाषणे आणि व्याख्याने ऐकायला मिळाली.

लहानपणापासून मला वाचनाची प्रचंड आवड होती. मी आणि माझे काही मित्र शाळेच्या आणि टिळक मंदिराच्या तसेच इतर काही ग्रंथालयातून रोज पुस्तके आणून, त्यांचा त्याच दिवशी फडशा पाडायचो. मराठीतीलच नव्हे तर हिंदीतल्याही प्रतिभावंत लेखकांची आणि कवींची अनेक पुस्तके शाळेतच वाचून झाली. एस.एस.सी. नंतरच्या तीन महिन्याच्या सुट्टीत रोज १२-१४ तास मी वाचनात घालवीत असे. पण त्यात शिस्त नव्हती आणि दिशाही नव्हती. विठ्ठल रामजी शिंदेच्या 'समाज चिंतना'पासून ते टागोरांच्या 'गोरा' कादंबरीचा हिंदी अनुवाद अशी अनेक पुस्तके मी त्या काळात वाचून काढली. ललित निबंध, कथा, कादंबरी, चरित्रे, प्रवासवर्णने, कविता सगळे वाचत सुटलो होतो. प्रेम, इतिहास, समाजकारण,अध्यात्म, तत्त्वज्ञान, काव्य कुठलाच विषय मला वर्ज्य नव्हता.

पुढच्या आयुष्यातही बऱ्यापैकी वाचन होत गेले पण त्याचा मी अभ्यास केला नाही. एखादा विशिष्ट विषय घेऊन तो पद्धतशीरपणे शिकलो नाही. कवितेच्या बाबतीतही तेच घडले. प्रेयसीवर किंवा पत्नीवर कितीही प्रेम असले तरी तिला प्रसन्न करून घेण्यासठी तिचा अनुनय करावाच लागतो. कवितेच्या बाबतीत तर हे तत्त्व अधिक प्रकर्षाने लागू पडते. कविता ही तर अशी प्रेयसी आहे की तिच्याकडे क्षणभरही दुर्लक्ष केल्यास ती फक्त रुसतच नाही तर रागावून निघून जाते. आणि पुन्हा कितीही मनधरणी केली तरी ती परतही येत नाही. मला हा अनुभव वारंवार येत गेला.

वयाच्या १५ व्या वर्षी, मी माझ्या काकीवर, तिच्या साठीनिमित्त एक कविता लिहिली होती. तिच्यातील काही ओळी फक्त मला आठवतायत.

'रामे जरी अन्याय केला, जानकीने सोशिला
शिळेचाही जन्म एका अहिल्येने साहिला
तशीच तू गे पतिव्रता, सोशीकतेची मूर्तता
तू अहिल्या, तूच तारा, तूच ती साध्वी सीता।'

माझ्या काकांनी ही कविता, गोव्याला कविवर्य बा. भ. बोरकरांकडे पाठवली आणि बाकीबाबांनी इन लँड पत्राची तीन पाने भरून ह्या कवितेविषयी लिहिले. बाकीबाबांनी ही, त्यांच्या वहिनीवर त्या प्रसंगी कविता लिहिली होती. बाकीबाबांच्या

मनाचा मोठेपणा एवढा की त्यांनी त्या पत्रात लिहिले की, 'शामची कविता माझ्या कवितेहूनही सुंदर उतरली आहे. पण त्याला वृत्त छंदांचा अभ्यास करायला सांग.' त्यापुढे जाऊन त्यांची माझी संपूर्ण कविता, वृत्तदोष दूर करून आणि अधिक चपखल आणि सुंदर शब्दांची योजना करून, स्वत:च्या हस्ताक्षरात लिहून पाठवली.

एखाद्या कवितेचे बीज आपल्या मनात कधी आणि कसे रूजले हे सांगता येणे कठिण आहे. बीजाला योग्य जमीन, पाणी, प्रकाश, खत आणि संरक्षण मिळाले तरच त्या बीजाला अंकुर फुटतो. तसेच काव्यबीजातून कविता अंकुरण्यासाठीही करावे लागते. अन्यथा ते काव्यबीज सुकून जाते, कुजून जाते किंवा व्यवहाराच्या वाळवंटातील धूळीत विरून जाते, मरून जाते. त्यामुळेच काही वेळा कविता होत नाहीत, काही वेळा त्या अर्धवट किंवा दोषपूर्ण होतात तर काही वेळा अनेक वर्षांनी ती अर्धवट कविता पूर्ण होते.

संगीतात, गायनात जो बंदिशीचा किंवा गीताचा, स्वरांचा मुखडा येतो किंवा तालात वा नृत्यात सुरुवातीला जो मुखडा येतो, त्याला आमद असे म्हणतात. संगीतकाराला, तबल्यातील उस्तादांना किंवा नृत्यरचनाकाराला ही आमद स्फुरते किंवा येते. आमद ही सुद्धा अहंकृत प्रयत्नातून येत नाही. ती आमद अचानक, नकळत आणि उस्फूर्तपणे येते. त्यानंतर पुढची रचना कलाकार कदाचित करू शकतो. कवितेची स्फुरणारी अशी पहिली ओळ, ही अशा आमद सारखी असते. ती येते आणि मग पुढच्या ओळी, कडवी ही त्या आमदच्या इच्छेनुसार कवीच्या मनात प्रकट होऊ लागतात.

पण ही आमद किंवा कवितेची ओळ जेव्हा तुमच्या अंतरंगातून अचानक गाऊ लागते, तेव्हा तिच्याकडे अतिशय एकाग्रतेने पहावे लागते. अगदी देहभान हरपून तिच्याशी तन्मय व्हावे लागते. हातात असलेले कुठलेही काम किंवा व्यवधान सोडून त्या कवितेशी पूर्णपणे एकरूप व्हावे लागते. आणि असे जेव्हा जेव्हा माझ्याकडून घडले त्या त्या वेळी ती संपूर्ण कविता माझ्यासमोर अवघ्या ५-१० मिनिटात साकार झालेली आहे. आणि अशा ज्या माझ्या कविता आहेत, त्या त्यांचे स्वर, ताल, छंद आणि भाव ह्यांचे परिपूर्ण रूप घेऊन आलेल्या आहेत. बहुधा अशा माझ्या कवितांमध्ये वृत्तभंग किंवा यतिभंगही झालेला नाही.

परंतु जेव्हा जेव्हा मी त्या कवितेकडे दुर्लक्ष केले आणि मला जेव्हां वेळ मिळेल तेव्हां तिच्याकडे लक्ष दिले, तेव्हां तेव्हां त्या कवितेत काहीतरी उणीव राहून गेली. वृत्ताची, शब्दांची आणि भावाचीसुद्धा. एखादा गवई विलंबित लयीत गायला बसला आणि ५-१० मिनिटे गाण्यात व्यत्यय आला व त्याला गाणे थांबवावे लागले तर त्यानंतर तो गवई पुन्हा गायला सुरुवात करतो तेव्हां तीच लय राहिलेली नसते. लय थोडीफार तरी हलते. अर्थात ज्याचे कान आणि मन तयार आणि तरल आहे अशा

रसिकालाच ती समजू शकते. तसेच कवितेची आंतरिक बैठक मोडली तर होणाऱ्या कवितेची लयसुद्धा बिघडते. बाह्यत: सुद्धा कदाचित कवितेच्या वृत्तात, तालात, मात्रात आणि शब्दातही हा फरक जाणवू लागतो.

अनेक कवितांच्या बाबतीत, माझ्याकडूनही हा प्रमाद घडलेला आहे. आयुष्यात अनेकदा कवितेची एखादी ओळ, ती आमद, अकारण माझ्यावर प्रसन्न होत गेली. पण त्याच वेळी मी अनेकदा रुग्णांना तपासण्यात किंवा शस्त्रक्रियेमधे व्यग्र असे. नंतरच्या काळात उद्योगाच्या बैठकांमधे किंवा अन्य तत्संबंधित कामामधे व्यस्त असे. आणि मग मी माझ्या व्यवसायाला अग्रक्रम देत, त्या कवितेकडे दुर्लक्ष करीत असे. कवितेशी तत्क्षणी एकाग्र होण्यासाठी जी उसंत, जे स्वास्थ्य, जो एकांत हवा असतो, तो मला माझ्या व्यावसायिक कारणांमुळे देता आला नाही.

कवितेची वृत्त, छंद, उपमा, उत्प्रेक्षा अशा बहिरंगांची साधना तर माझ्याकडून घडली नाहीच पण तिच्या प्रसन्नतेला तत्क्षणी प्रतिसाद देण्याची तत्परताही मी जीवनात बाणवू शकलो नाही. परंतु तरीही कवितेने माझ्यावर प्रेम केले आणि मी ही कवितेवर. ज्या ज्या वेळी कविता माझ्यावर बरसली तेव्हां ती फक्त माझी होती आणि मी सुद्धा फक्त तिचा, फक्त तिचा होतो. ती कविता ज्या वेगाने, ज्या प्रवाहाने माझ्यावर बरसली, तो वेग कमी जास्त करण्याचा प्रयत्न मी कधीही केला नाही. तिच्या प्रवाहाला मला हवे तसे वळण देण्याचा उच्छृंखलपणाही मी कधीच केला नाही. ती जशी माझ्याकडे आली, तशाच तिच्या स्वरूपाचे मी मन:पूर्वक स्वागत केले.

कवितेच्या बाह्य रूपापेक्षा मी नेहमीच तिच्या अंतरंगावर प्रेम करीत आलो. कवितेतील शब्दकळा आणि रचनाचातुर्य ह्यापेक्षा तिचे भावसौंदर्य माझ्या मनाला अधिक आनंद देते. 'चोखा डोंगा परी भाव नोहे डोंगा, काय भुललासी वरलीया रंगा' ह्याची एकदा अनुभूती आली की बाह्य वस्त्रप्रावरणे, आभूषणे आणि अलंकारांना फारसे महत्त्व न देता, कवितेतील भाव तुमच्याही अंत:करणात उदयाला येतो.

माझ्या मते कवित्त्व हे माणसाच्या वृत्तीचे लक्षण आहे; त्याच्या जीवनधारणेची ती खूण आहे. ह्या सगळ्या विश्वात, माणसाच्या मनात आणि विश्व व मानव ह्यांच्या परस्पर संबंधात जिथे जिथे सुंदरता दिसते, शिवता दिसते, सत्य दिसते, मांगल्य दिसते, तिथे तिथे ज्याचे मन रुंजी घालू लागते आणि त्याचे स्तोत्र गाऊ लागते, गुणगान गाऊ लागते, तो खरा कवी. शब्दातून जरी कविता व्यक्त होत असली तरीही शब्द, छंद, वृत्त, मात्रा, उपमा, उत्प्रेक्षा, दृष्टान्त ह्या सर्वांच्या पलीकडे असलेल्या निराकार भावाचे, रसाचे जी दर्शन घडवते ती खरी कविता, असे मला मनापासून वाटते.

'सुलोचना जीर्ण कटापि शोभते
न नेत्रहीना कनकै: अलंकृता।'

सुंदर स्त्री ही कदाचित हिरे-माणके आणि सोन्याच्या आभूषणांनी अलंकृत केल्याने अधिक सुंदर भासू शकते. परंतु तिचे सौंदर्य हे तिच्या मूलभूत व्यक्तित्त्वात असते. आंधळ्या स्त्रीला कितीही दागिन्यांनी मढवली तरी 'डोळे' नसल्यामुळे ती सुंदर दिसणार नाही. तसेच कवितेत जर मूळात आशयच नसेल, आत्माच नसेल, चैतन्यच नसेल तर तिला वृत्तछंदाने कितीही नटवली तरी खऱ्या रसिकाला त्यातला फोलपणा जाणवल्याशिवाय राहाणार नाही.

कवितेत जर हे आत्मिक सौंदर्य प्रकट व्हायला हवे असेल तर खऱ्या कवीला हे सौंदर्य आपल्या अंतरंगात शोधावे लागेल. आपल्याच मनातील भाव भावनांना, 'सुंदरतेच्या सुमनावरचे दंव चुंबून' घ्यावे लागेल. कारण कवितेचा जन्म हा भावनेतून होत असतो, बुद्धीतून नाही असे मला तरी वाटते. ह्या परमअर्थाने, भावना हीच कवितेची जननी असते. बाह्य जगात वावरत असतांना सभोवतालचा निसर्ग, व्यक्ती, घटना, परिस्थिती ह्याचा प्रत्येक माणसावर काही ना काही परिणाम घडतच असतो. पण संवेदनशीलता अतिशय तरल असलेल्या कवीचे मन, त्याच्याही नकळत सभोवतालची ही विविध रूपे आणि त्यांचे भाव टिपत असते. त्याला प्रतिसादही देत असते, अव्यक्तपणे. माणसाचे चित्त हे एखाद्या कॅलिडोस्कोपसारखे आहे. चित्ताच्या ह्या कॅलिडोस्कोपमध्ये व्यक्ती, घटना, निसर्ग, विकार, वासना, पूर्वग्रह, भाव, संस्कार अशा अगणित गोष्टींच्या संस्मरणांचे अब्जावधी रंगीबेरंगी काचेच्या बांगड्यांचे तुकडे अस्ताव्यस्त पसरलेले असतात. आपल्याही नकळत, आपल्या चित्तवृत्ती ह्या संस्मरणांच्या काचेच्या तुकड्यांना सतत हलवत असतात. पण प्रयोजनशून्यतेमुळे अशा हालचालीतून सौंदर्याची निर्मिती होत नाही. ती एक वृथा धडपड ठरते, निर्मितीच्या दृष्टीने. पण कवीच्या बाबतीत तसे घडत नाही. एका शुभंकर, मंगल क्षणी प्रतिभा त्या कविच्या चित्तात प्रवेश करते. कवीचे भाग्य उदयास येते. प्रतिभेची उर्जा ही मन आणि बुद्धीच्या दोन हातांनी, कवीच्या चित्ताच्या कॅलिडोस्कोपला हलवते आणि एक विलक्षण स्थितीत स्थिर करते. त्या स्थितीत, कवीच्या चित्ताच्या कॅलिडोस्कोपमधील संस्मरणांच्या काचेच्या तुकड्यांची अशी काही अप्रतिम सुंदर रचना तयार होते, की कवी स्वतःच त्या रचनेचे सौंदर्य पहाताना गुंग होऊन जातो. प्रतिभेच्या त्या मंगल स्त्रोतात कवीचा अहंकार त्या क्षणी गळून पडतो, विलयाला जातो. प्रतिभेच्या प्रकाशझोतात ते रंगीत तुकडे एका विलक्षण तेजाने झळकू लागतात. तशा त्या अद्‌भूत क्षणात, कवी आपले देहभान आणि स्थळ-काळ ही विसरलेला असतो. 'दिक्कालातूनी अतीत झालो, उगमी विलयी अनंत उरलो' अशी त्याची अवस्था झालेली असते. त्या भावावस्थेत मग कवीला नीरव नाद ऐकू येऊ लागतात. त्यातूनच मग स्वरांची गूंजने साद घालू लागतात. आणि कवीच्या ओठांवर शब्दांच्या ओळी रूंजी घालू लागतात. कवीच्याही नकळत, सहजपणे उस्फूर्तपणे कवितेची निर्मिती झालेली असते.

परंतु अशा उस्फूर्त कवितेचीही प्रत कुठली? जात कुठली? तिचे तोल काय? तिचे मोल काय? तिची गुणवत्ता किती? तिचा दर्जा किती? हे सर्व कवीला त्याक्षणी प्रसन्न झालेल्या प्रतिभेचा धर्म, स्तर, तेज यावर प्रामुख्याने अवलंबून असते. त्याचबरोबर जीवनाची कविता आणि कवितेतील जीवन ह्यांच्यासंबंधात कवीने केलेली साधना, त्याला लाभलेले संस्कार आणि पूर्वसंचित, कवीची स्वत:ची धारणा, धर्म आणि पिंड, तसेच कवीच्या मनातील भावविश्वाचे सौंदर्य आणि उन्नयन आणि अखेरीस कवीची एकंदरीत जीवनाकडे पहाण्याची दृष्टी आणि जाणीव ह्या सगळ्या घटकांवर कवितेचा दर्जा आणि गुणवत्ता अवलंबून असते.

शेवटी कविता म्हणजे तरी काय? एखाद्या वस्तुचे, निसर्गाचे, घटनेचे पद्यरूप वर्णन म्हणजे कविता नव्हे. कवितेत काव्यमूल्ये किंवा काव्यभाव असला पाहिजे, वाचताना तो जाणवला पाहिजे. मला तर अनेकदा असे वाटते की काव्य आणि सौंदर्य हे जणू काही समानार्थी शब्द आहेत. जिथे जिथे सौंदर्य आहे मग ते फक्त रचनेतच असते किंवा आकृतिबंधातच असते असे नव्हे, तर ते ज्या स्वरात, मूर्तित, चित्रात, नर्तनात, आकाशात, प्रकाशात, वाऱ्यात, ताऱ्यात, साऱ्या निसर्गात दिसते, तिथे तिथे काव्य असते, कविता असते. काव्य हा भाव असल्यामुळे तो अव्यक्त असतो, निराकार असतो, अमूर्त असतो. त्यामुळे सामान्यत: सगळ्याच व्यक्तींना हा अमूर्त काव्यभाव जाणवेलच असे नाही. परंतु कवीच्या तरल, संवेदनाक्षम मनाला हा काव्यभाव जाणवतो. मूर्त वस्तुपलीकडील अमूर्त भाव पहाण्याची दिव्य दृष्टी त्याला लाभते. व्यक्ताच्या मागे अदृश्य भासणाऱ्या, अव्यक्त संगीतातील श्रुति ऐकू येण्याची अपूर्व श्रवणशक्ती त्याला प्राप्त होते. आकाराच्या मागील अनंत निराकाराची जाणीव त्याच्यात उदयाला येते. आणि अशा क्षणी जर त्याला प्रतिभेचा प्रसाद मिळाला तर हाच अमूर्त भाव, हेच अव्यक्त सौंदर्य आणि हीच अगम्य निराकारता, त्या कवीच्या वाणीतून नाद, स्वर, शब्द ह्यांच्या माध्यमातून व्यक्त होऊ लागते. कविता प्रकट होऊ लागते आणि कवितेचेच गीत एका विशिष्ट लयीत कवीच्या ओठांवर खेळू लागते.

कविता गीताच्या, गाण्याच्या स्वरूपात असली तर कविता म्हणून तिचे महत्त्व कमी आहे, असे आजकाल मानले जाते. परंतु अनेक श्रेष्ठ कवींच्या कविता भावगीताच्या स्वरूपातच समाजमनात पोचल्या आहेत, रुजल्या आहेत, ह्याकडे आपले दुर्लक्ष होत आहे. बोरकर, कुसुमाग्रज, आरती प्रभू, सावरकर, ग्रेस, अनिल, वा. रा. कांत, मंगेश पाडगावकर, शांता शेळके, शंकर रामाणी ह्यांच्यासारख्या प्रतिभावंत कवींच्या काव्यशक्तीची ओळख रसिकांना त्या कवितांची जी गाणी झाली, त्यातूनच झाली आहे.

म्हणूनच कवितेचे गाणे होणे हे मला तरी त्या कवितेचे भाग्य आहे, असे वाटते.

स्वर किंवा संगीत ही कवितेची अनुगामिनीच नव्हे तर सहचारिणी आहे, अशी माझी मनोधारणा आहे.

माझ्या बहुतेक कविता ह्या मला विशिष्ट सूरात, चालीत, लयीत स्फुरलेल्या आहेत. आता ते स्वर, ती चाल, ती लय तशीच का स्फुरली ह्याचे माझ्याजवळ उत्तर नाही. परंतु कविता व्हायची असेल तेव्हा माझे मन एखाद्या भावावस्थेत गुंगून गेलेले असते किंवा एखादी स्वरावट मनात रूंजी घालत असते. कवितेचा विषय काही ठरलेला नसतो. कधी भावातून स्वरांची कंपने सुरू होतात तर कधी स्वरांमध्ये भावाचे तानपुरे छेडले जाऊ लागतात. आणि अशा स्वर-भावमय धुंदीत ओठांवर अचानक एखादी ओळ उमटू लागते; शब्द प्रवाहित होऊ लागतात.

डार्टच्या खेळात, वर्तुळाच्या तबकडीवर जो बाण मारायचा असतो, त्या बाणाच्या मागे रंगीबेरंगी पिसे लावलेली असतात. ती पिसे, त्या बाणांना अधिक देखणे बनवितात. तसेच कवितेच्या आशयांच्या वर्तुळात, जेव्हा शब्दांचे बाण सुटतात, त्या बाणांच्या मागे कधी शुद्ध-कोमल स्वर, तर कधी स्वरांचे कण-उपकण ह्यांच्या नादाची पिसे, कवितेलाही अधिक देखणी करतात.

कवितेतील शब्दांनाही स्वत:चा असा एक ध्वनी असतो, सूर असतोच. पण ह्या शब्दांना जेव्हा संगीतातील स्वरांची, श्रुतिंची साथ लाभते, तेव्हा शब्दांचा नव्हे तर शब्दांमधील, ओळींमधील अवकाशाचा अर्थ आणि भाव अधिक गहिरे होत जातात. स्वरश्रुतिंचे लगाव आणि लयीचे चढ-उतार कधी शब्दांना अधोरेखित करतात तर कधी शब्दांबरोबरच कवितेतील काव्याकाशातील अर्थघनतेला एका विलक्षण आनंद-भाव-रसात प्रवाहित करतात. अशा रसप्रवाहाच्या उर्मीतून, आणि तरंगातूनच कवितेचे गाणे होते. कवितेतील आत्मसंगीत स्वरातून, संगीतातून अधिक विलोभनीय होते.

अशा कवितांत किंवा गीतात, शब्दांच्या, उपमांच्या आणि अन्य साहित्यिक अलंकारांच्या अवडंबराला फारशी किंमत राहात नाही. प्रकर्षाने महत्त्वाचा असतो तो काव्यभाव, ज्यातून ती कविता स्फुरलेली असते. म्हणूनच मग तो भाव, ते स्फुरण आणि त्यापाठी असलेले चैतन्य आणि सौंदर्य मनाचा ठाव घेतात. एका अपूर्व आनंदाची अनुभूती देतात. ते अव्यक्त चैतन्यच शब्दांना उजागर करते, प्रकाशमय करते. आणि मग त्या कवितेला मंत्रशक्ती प्रदान करते आणि साधे, सोपे शब्द सुद्धा एका अलौकिक अशा शारदेय तेजाने झळाळून उठतात. मराठीत आणि इतर भाषातही अशा अनेक कवींच्या साध्या सोप्या कवितेने अनेक शतके लोकमानसावर गारूड केलेले आहे. त्या ओळी संस्कृतीत रुजून गेल्या आहेत.

उदाहरणार्थ,

१. *दैवजात दु:खे भरता दोष ना कुणाचा*
पराधीन आहे जगती पुत्र मानवाचा। - ग. दि. मा.

२. *अरे संसार संसार, जसा तवा चुल्यावर*
आधी हाताला चटके तेव्हां मिळते भाकर - बहिणाबाई चौधरी

३. *दिव्यत्त्वाची जेथ प्रचिती*
तेथे कर माझे जुळती - बा. भ. बोरकर

४. *व्यर्थि अधिकचि अर्थ वसे*
तो ज्यास दिसे त्या म्हणती पिसे - केशवसुत

५. *क्षण एक पुरे प्रेमाचा, वर्षाव घडो मरणांचा मग पुढे।* - गोविंदाग्रज

६. *श्रावणमासी हर्ष मानसी, हिरवळ दाटे चोहीकडे*
क्षणात येते सरसर शिरवे, क्षणात फिरुनि उन पडे - बालकवी

७. *जन पळभर म्हणतील हाय, हाय*
मी जाता राहील कार्य काय? - भा. रा. तांबे

८. *पाठीवरती हात ठेऊन फक्त लढ म्हणा।* - कुसुमाग्रज

९. *रात्रीच्या गर्भात उद्याचा असे उषःकाल।* - कुसुमाग्रज

१०. *अनंत अमुचि ध्येयासक्ती अनंत अन् आशा*
किनारा तुला पामराला। - कुसुमाग्रज

११. *जोबे तोरी डाक कोई ना शुने*
तोबे एकला चलो रे।। - रविंद्रनाथ टागोर

अशा उस्फूर्त कवितांची आणि गीतांची शेकडो उदाहरणे देता येतील. कवीच्या अंत:स्थ भावाच्या आवेगातून आलेल्या अशा उस्फूर्त ओळीच, रसिकाच्या अंतरंगातील अव्यक्त भावाला जागे करतात, आणि तो भावप्रत्यय देतात. संतकाव्याचे परिशीलन करताना तर अष्टसात्विक भाव जागे होतात. एका विलक्षण आनंदोर्मीत डोळ्यातून अश्रू पाझरू लागतात. कवितेतील किंवा कुठल्याही कलेतील हे भावमहात्म्य म्हणूनच वादातीत आहे.

आजचा विज्ञाननिष्ठ, बुद्धीनिष्ठ, तर्कनिष्ठ माणूस भावनेला फारसे महत्त्व देऊ इच्छित नाही. प्रत्येक गोष्ट, कदाचित कवितासुद्धा बुद्धीच्या, तर्काच्या कसोटीवर घासून पारखून घेऊ पहातो. त्यामुळेच कवितेतल्या भावापेक्षा शब्दकलेचे वैभव, उपमा-उप्रेक्षांची रेलचेल आणि वस्तुनिष्ठता ह्याला अधिक महत्त्व देतो. त्यामुळे उस्फूर्त भावापेक्षा बुद्धीने रचलेली किंवा केलेली कविता ही अधिक श्रेष्ठ अशी मान्यता तिला मिळते.

अशी कविता मग आधुनिक आणि नवीन कविता म्हणून समाजात मिरवली जाते. आधुनिक म्हणजे आजच्या काळाशी सुसंगत आणि नवता म्हणजे इथे, पूर्वीच्या कवितेपेक्षा वेगळी. 'प्रतिक्षणं नवतां उपैती' त्यातली ही नवता नव्हे. ही आधुनिकता आणि नवता कशात असू शकते? विषयात, आशयात, शब्दांच्या घडणीत, कवितेच्या

रचनाबंधात आणि कवीच्या व्यक्तीकरणातसुद्धा. आधुनिकतेचे आणि नवतेचे संस्कार हे निश्चितच कवितेला अधिक संपन्न आणि समृद्ध करीत असतात. परंतु हा प्रयोग सहज आणि उस्फूर्त असेल तरच ती कविता नव्या तेजाने झळाळून उठते. परंतु जर फक्त आधुनिकतेच्या आणि नवतेच्या अट्टाहासापायी मुद्दाम असा प्रयोग कवितेत केला गेला असेल तर हा प्रयोग कृत्रिमपणा दाखवतो आणि ती कविता, काव्यदृष्ट्या फसलेली असते.

आधुनिकता आणि नवता हे दोनही गुण कवितेच्या दृष्टीने स्थलकालसापेक्ष आणि प्रचलित संस्कृती सापेक्ष ठरतात. आणि म्हणूनच आजची आधुनिक कविता काही काळानंतर टाकाऊ ठरू शकते; विसरली जाऊ शकते. आजचे कवितेतील नाविन्य किंवा वेगळेपण हे काळाबरोबर जुने होऊन जाते, शिळे होऊन जाते पण अभिजाततेचे तसे होत नाही. अभिजात कवितेला हे शिळेपण शिवत नाही. अभिजातता म्हणजे जाततेकडे जाणारी. अभि म्हणजे कडे, Towards आणि जातता म्हणजे जननक्षमता, निर्मितीक्षमता. म्हणूनच अभिजात कवितेतून नित्य, नूतन अशा अर्थाची निर्मिति होत राहाते. चिरंतन सत्य हा अभिजात कवितेचा गाभा असतो. म्हणूनच चिरंतन सत्य जसे नित्य, नवीन रूप धारण करते तशीच अभिजात कविता ही मानवी जीवनातील आदिम शक्तीची विविध रूपे आणि विलसते, नित्य नवतेने प्रकट करीत राहाते. अशी अभिजात कविताच स्थळ-काळ-संस्कृतीचे बंध ओलांडून दिगंत होऊन राहाते.

माणसाला फक्त नाम आणि रूपातूनच बोध होऊ शकतो, जाणीव होऊ शकते. त्यामुळे कवीलाही आपल्याला सांगायचा आशय, भाव हा नाम रूपातूनच कवितेत सांगावा लागतो. नाम हे रूपाहून सूक्ष्म. कवितेतला शब्द हे कवीचे नाम. शब्द लिहिल्यावर दिसतो परंतु उच्चारताना शब्दाचे दर्शन झाले नाही तरी त्या शब्दातून, त्या नामातून आपल्याला रूपाचे, प्रतिकांचे, चित्रांचे दर्शन घडू शकते. स्वत:ला कोणतेही दृश्य रूप नसलेले शब्द, स्वर, लय, रस आणि अमूर्त भाव त्यांच्या आविष्कारातून, माणसाच्या अंतर्चक्षूंसमोर अनेक प्रतिमा, प्रतीके, मिथके, रंग, आकार, छाया-प्रकाश साकार करीत असतात. अभिजात कवितेत शब्द-स्वर-भावाची ही सूक्ष्म शक्ती रूपाला नव्हे तर अरूपालाही रूपात व्यक्त करते.

एवढेच नव्हे तर अभिजात कवितेतून मानवी जीवनाच्या मूलस्त्रोताचे, त्या विश्वमय चैतन्याचे स्पंदनही सदैव जाणवत राहाते. आणि ह्या चैतन्यतत्त्वाच्या स्पर्शामुळे अशी अभिजात कविता चिरंजीवी होते. म्हणूनच आधुनिकता आणि नवतेचे महत्त्व स्वीकारूनही, कवितेतील ही अभिजातता माझ्या मनाला मोहवीत आली आहे.

'घटं भिंद्यात् पटं छिंद्यात् कुर्यात् रासभरोहणं
येन केन प्रकारेण प्रसिद्धः पुरुषः भवेत्'

अशा वृत्तीतून जर एखादी आधुनिक किंवा नवकविता लिहिली जात असेल तर त्या कवितेला कृत्रिमतेचा आणि दिखाऊपणाचाही दर्प येत राहातो. जीवनातील कुरुपता, विषयांधता, अश्लीलता, वासना आणि चिखलाचीच अगदी निवडून निवडून स्तोत्रे गाणे हे कवीचे एकमेव आणि अंतिम ध्येय होऊ शकत नाही किंवा मला तरी असे वाटते की तसे होऊ नये. वासनांच्या चिखलातील घाण, आणि वळवळणारे कीडे ह्यांचेच वर्णन करीत आपली कविता ओंगळ करण्यापेक्षा, त्याच चिखलातून उगवलेल्या आणि उमललेल्या उन्नत विचारांची, विवेकाची कमळे कवीच्या दृष्टीला का पडू नयेत? ह्यासंदर्भात कवीवर्य बा. भ. बोरकरांनी फार सुंदर कविता लिहिली आहे. ते म्हणतात,

'जगी घाण नि चिखलच सारा
म्हणो कितीही कुणी शहाणा
पदोपदी मज कमळ घालते
गुणगंधाचा नवा उखाणा।'

मानवी जीवनात दु:ख, दैन्य, दारिद्र हेही आहेच आणि असणारच. कवीने ह्या सगळ्यांचे चित्रण आपल्या कवितेतून जरूर करावे, पण त्यातच गुंतून पडू नये. आयुष्यभर आपल्या कवितेला वासनांच्या चिखलात आणि दु:खाच्या डोहातच डुंबत ठेवल्याने, कवीचे आणि त्याच्या कवितेनेही उन्नयन होत नाही. विकारांचे बीभत्स प्रदर्शन आणि स्वत:च्या दु:खाचे छाती पिटत केलेले प्रकटीकरण हे, खऱ्या कवींचे आणि त्याच्या कवितेचे अंतिम प्रयोजन असू शकत नाही, असे निदान मला तरी वाटते.

ज्ञानेश्वर हे मराठी भाषेतील सर्वश्रेष्ठ महाकवी. त्यांना जन्मभर समाजाकडून पाशवी वागणूक मिळाली. संन्याशाची मुले म्हणून त्यांना हिणवले गेले. लहानपणीच कितीतरी वेळा उपाशी झोपावे लागले. समाजातून त्यांचा कितीदा अपमान झाला, अवहेलना झाली, त्याची तर गणतीच नाही. परंतु तरीही ह्या महाकवीच्या वाणीतच नव्हे तर त्यांच्या कुठल्याही काव्यातून त्यांनी ह्या दु:खाबद्दल, मानहानीबद्दल, अवहेलनेबद्दल एक ब्र, एक शब्दसुद्धा उच्चारलेला नाही. कुणाविरुद्ध कसलीही तक्रार, खंत, खेद ज्ञानेश्वरांच्या कुठल्याच कवितेत उमटलेली नाही. उलटपक्षी 'खळांची व्यंकटी सांडो, तयां सत्कर्मी रती वाढो' असे पसायदान ते विश्वात्मक देवाकडे मागतात. सगळ्या विश्वालाच 'आनंद रसात' न्हाणवण्याचा संकल्प हा महाकवी आपल्या कवितेतून करतो.

म्हणूनच कुठल्याही कवीसाठी, त्याच्या कवितेच्या उन्नयनासाठी, त्याच्या कवितेतील आनंद रसाच्या परिपोषासाठी, महाकवी संत ज्ञानेश्वर हे त्याचे नायक, गुरू आणि आदर्श ठरू शकतात, असू शकतात.

आधुनिकता, नवता आणि वास्तवदर्शित्वाच्या नावाखाली, दिखाव्याखाली किंवा आभासाखाली, कविता ही ओंगळ, कृत्रिम, उथळ आणि बीभत्स नसावी, एवढेच मला इथे सांगावेसे वाटते.

अखेरीस वास्तवदर्शी कविता म्हणजे तरी काय? वास्तवदर्शी म्हणजे वास्तव दाखविणारी, वस्तुचे वर्णन करणारी. वस्तुदर्शन म्हणजे वस्तुंचे दर्शन. इथे वस्तु हा शब्द Object म्हणून वापरला आहे. अध्यात्मशास्त्रात, वस्तुदर्शन हा शब्द आत्मदर्शन ह्या अर्थाने किंवा तत्त्वदर्शन ह्या अर्थाने वापरला जातो. म्हणूनच एखादी व्यक्ती, घटना, प्रसंग, निसर्गाची विविध रूपे किंवा माणूस आणि जग ह्यांच्यातील परस्पर संबंध हे कवितेचा विषय किंवा वस्तु किंवा Object होतो. ह्या सगळ्या वास्तवाचे चित्रण कवी आपल्या कवितेत करत असतो. वास्तव म्हणजे Reality. ह्याबाबतीत एका पाश्चात्य तत्त्वज्ञाने असे म्हटले आहे. 'Reality is feeling.' आणि हे अगदी खरे आहे. आपल्याला जे वास्तव भासते ते आपल्या भावानुसार भासते. समोरची व्यक्ती, घटना, निसर्ग जरी तोच असली तरी आपली मन:स्थिती निराळी असली किंवा भावस्थिती निराळी असेल तर त्याच गोष्टींचे रूप आपल्याला वेगळे वाटू लागते. Feeling म्हणजे भावना. म्हणूनच भाव बदलला की वस्तुची Reality ही बदलते, वास्तव बदलते. ह्याचसाठी कवीची भावस्थिती वस्तुदर्शनाला विविध परिमाणे मिळवून देते. आणि कवीला भावलेल्या त्या वस्तुच्या रूपाचे तो आपल्याला दर्शन घडवतो.

कवीला भावलेल्या त्या वस्तुच्या रूपाचे दर्शन घडवताना, त्याला अनेकदा उपमा, उत्पेक्षा, दृष्टान्त ह्यांची मदत घ्यावी लागते. पण शेवटी हे काव्यातील अलंकार म्हणजे तरी काय? संपूर्ण निसर्ग हा पंचमहाभूतातून निर्माण झाला आहे आणि माणसानेही ह्याच पंचमहाभूतांच्या आधाराने देह धारण केलेला आहे. त्यामुळेच कवी एकतर निसर्गातील पंचमहाभूतांवर मानवी भाव-भावनांचे आरोपण, प्रक्षेपण करून आपल्या कवितेला सजवतो किंवा मानवी भाव-भावनांवर निसर्गाच्या, पंचमहाभूतांच्या विविध रूपांचे प्रत्यारोपण करतो. ह्याही पलिकडे कवितेचा अर्थ सहज विषद व्हावा किंवा रंजक व्हावा म्हणून हजारो वर्षांच्या मानवी संस्कृतीतील घटना, इतिहास, पूर्वजांचे ग्रंथ, त्यातील रुपके, दृष्टान्त, मिथके ह्यांचाही वापर कवीकडून केला जातो. बुद्धीचातुर्य आणि कल्पनेच्या भरारीने ह्या अगणित रूपांची, भावाच्या विविधतेतून अब्जावधी रूपे आणि स्थित्यंतरे घडू शकतात. परंतु मानवी चित्तामध्ये साठलेल्या आणि साठवलेल्या अनंत संस्मरणांपैकी कुठले संस्मरण कधी, केव्हा, कुठे आणि कुठल्या सुंदर वा असुंदर रूपात समोर उफाळून येईल हे कुठल्याच माणसाला, अगदी कवीलासुद्धा ठरवून सांगता येत नाही. भावनेच्या तीव्र संवेगामुळे किंवा त्या संवेगाच्या पुन:स्मरणाने सुद्धा कवीच्या चित्तवृत्ती जाग्या होतात. ह्या वृत्ती, अगदी कवीच्याही नकळत त्याच्या जागृत, अर्धजागृत आणि सुप्त मनालाही क्षणार्धात ढवळून काढतात. ह्या मनाला

ढवळण्याच्या क्रियेतून एक विलक्षण अशी उर्जा तयार होते. ही उर्जा म्हणजेच उस्फूर्तता आणि मग ही उस्फूर्तता, आपल्याला हव्या असलेल्या चित्तसंस्कारांची निवड करते, आपल्याला हव्या असलेल्या स्वरांची, शब्दांची आणि लयीचीही निवड करते. तिला हवे असलेले अवकाश निर्माण करते आणि कवीच्या वैखरीतून कवितेच्या रूपात ही उर्जा, ही उस्फूर्तता व्यक्त होते.

खऱ्या कवीला म्हणूनच जाणीव होते की ही कविता हे आपल्या अहंकृत, प्रयत्नांचे फळ नव्हे. भावाचे तादाम्य कवितेतून प्रकट होण्यात, आपल्या कर्तृत्वाचे स्थान नगण्य आहे, हे त्याचे त्यालाच समजते किंवा समजले पाहिजे. मी कवितेला निवडले नसून, कवितेने मला निवडले आहे, ह्याची त्याला जाणीव होऊ लागते. काव्यदेवतेने किंवा ह्या देवतेचे मूर्तिमंत प्रतीक असलेल्या शारदेने आपल्याला दिलेला हा प्रसाद आहे, ह्याची खात्री पटून कवीच्या मनात कृतज्ञता जागी होऊ लागते.

'आपुलिया बळे नाही मी बोलत, सखा कृपावंत वाचा त्याची
साळुंकी मंजूळ बोलतसे वाणी, शिकविता धनी वेगळाचि
काय म्यां पामरे बोलावी उत्तरे, परी विश्वंभरे बोलविली।'

हा तुकाराम महाराजांचा अभंग स्वतःच्या हृदयावर कोरून ठेवावा, असे कवीला वाटू लागते. कवी आणि माणूस म्हणूनसुद्धा, जो उरला सुरला अहंकार राहिलेला असतो, तो लोप पावू लागतो. शारदेबद्दल असीम कृतज्ञतेचा आणि निस्सीम भक्तीचा भाव हृदयात उदयाला येतो.

आपल्या स्वतःच्या कवित्त्वशक्तीच्या अहंकाराची घमेंड आणि धुंदी अशी एकदा का उतरली की कवीचा पुनर्जन्म होतो. जीवनाकडे आणि कवितेकडेही पाहण्याची एक नवी प्रकाशमय दृष्टी त्याला लाभते. आतापर्यंत फक्त वस्तूंची (object), विषयांची, निसर्गाची विविध रूपे वर्णन करणारी त्याची कविता आता वेगळे वळण घेऊ लागते. शब्दांची, वृत्ताची, कल्पनाचातुर्य आणि बुद्धीचातुर्याची कास धरणे म्हणजे फक्त बहिरंग साधना होय हे त्याच्या प्रकर्षाने लक्षात येते. बहिरंग साधनेतून प्राप्त झालेले माध्यमप्रभुत्व हे अंतरंग व्यक्त करण्याचे फक्त एक साधन असते, साध्य नव्हे हे कवीला समजून चुकते.

कवित्वाची आपली अशी निश्चित धारणा, कवीला गवसते. कवीचा स्वधर्म उदयाला येतो. कवित्व धारणा, विशिष्ट भावाचे ध्यान आणि मग त्या भावात तादाम्य पावून मिळालेली समाधि अवस्था, अशी कवीची अंतरंग साधना सुरू होते.

कवीचा आपल्या अंतरंगातील प्रवास सुरू होतो. 'आपलाचि आपणांसी संवाद' घडू लागतो. बहिरंगात बुद्धीचातुर्याला महत्त्व असते तर अंतरंगात भावमाधुर्याची महति पटू लागते. बहिरंगात वृत्तातील, रचनेतील कौशल्याचे दर्शन होत असते तर अंतरंग साधनेतून वृत्तीचे, आशयाचे सौंदर्य प्रकट होत असते. बहिरंग साधनेमुळे

कवितेचे शरीर सौष्ठव किंवा देहसौष्ठव नजरेत भरते तर अंतरंगसाधनेमुळे कवितेचे आत्मरूप मनात रूजते. कवितेच्या बहिरंग साधनेत शब्द, वृत्ते, अलंकार ह्या सगळ्यांचे वाचन, स्मरण, पुनरावृत्ती, पाठांतर असे प्रयत्न करावे लागतात पण त्याउलट कवितेच्या अंतरंग साधनेत हे सगळे प्रयत्न सोडून द्यावे लागतात. प्रयत्नात जो मी पणा असतो, तोच नाहीसा करावा लागतो. It is a process of learning to unlearn. आधी शिकलेले सर्व विसरायचे आणि स्वत:ला एका शून्यवत अवस्थेप्रत न्यायचे किंवा व्हायचे. अशावेळी अंत:करणातील भाव एका विलक्षण प्रशांततेत, प्रसन्नतेत लोप पावतात. वाचिक, कायिक, वैचारिक आणि मानसिकही मौनाचे गूढ चांदणे अंत:करण व्यापून टाकते. आणि मग अशा ह्या आर्य मौनातून, अवचितपणे एक सहजसुंदर उर्मी उदयाला येते. ह्या उर्मीतून एक आगळा भाव मनात दाटून येतो. भावाची कंपने सुरू होतात. सूरांची नकळत स्पंदने ऐकू येऊ लागतात. शब्दांना स्फुरण येऊ लागते. आणि कवीच्याही नकळत त्याच्या वाणीतून कविता प्रकट होते, गीत उमटते.

माझे गुरुजी, प्रख्यात ध्रुपदिये उस्ताद सईदुद्दिन डागर मला नेहमी सांगायचे, 'डॉक्टरसाब हमें रागभावपर हामी नहीं होना है। रागभावको हमारे उपर हामी होना चाहिए।' कवितेच्या बाबतीतही हेच खरे आहे, असे मला वाटते. कवितेला आपल्यावर स्वार होऊ दिले पाहिजे. आणि त्यासाठीच प्रयत्नशैथिल्याची अंतरंग साधना अतिशय महत्त्वाची ठरते. ह्यातून होते काय, तर कवीच्या भावसृष्टीला एक वेगळाच बहर येतो. वृत्ती पालटू लागतात. कवितांच्या आशयात बदल घडून येऊ लागतात. पूर्वी बहिरंगात रंगलेला कवी निसर्ग, व्यक्ती, घटना आणि त्यांच्या भावभावनांना वास्तव रूपात कवितेत रंगवत असतो. पण वास्तव किंवा Reality जी आपल्याला दिसते ती नेहमी सत्यच असते असे नाही. किंवा सत्य हे नेहमीच वास्तवात आपल्याला समजते असे नाही. परंतु ह्या साधनेमुळे, याआधी कवीला जे दिसत होते किंवा भासत होते त्यामागचे सत्य आता तो पाहायला शिकतो. कवितेचे विषय तेच राहिले तरी त्यामागचे सत्य पाहण्याची दृष्टी कवीला लाभते. वासना, विकार, प्रेम, विरह, शृंगार कवितेतून तो साकार करीत राहिला तरी ह्या सर्वांमागे असलेले अनादि चैतन्यसुद्धा त्याच्या कवितेतून प्रकट होऊ लागते. आपल्या बुद्धीच्या आणि कवित्वशक्तीच्या मर्यादांचीही कवीला आंतरिक जाणीव होऊ लागते. शारदेच्या अस्तित्त्वाची त्याला प्रचिती येऊ लागते. शेवटी शारदा किंवा सरस्वती म्हणजे काव्य-संगीताची उद्‌गात्री देवता. शब्द, स्वर, भाव आणि रस ह्या सगळ्या शक्तींच्या अनंत साठ्याचे प्रतीक. शारदा म्हणजे शब्दसृष्टीचा सागर, रसवृष्टीचे आगर. शारदा म्हणजे भावाचे चिदाकाश, स्वरांचे लयाकाश. शारदा म्हणजे उर्मीचा चिरंतन मूल स्त्रोत. शारदा म्हणजे उस्फूर्ततेचा मंत्रघोष, आणि उर्जेचा अक्षय, अखंड कोष. कवीला त्याच्या अंतरंग साधनेत ह्या शारदेचे अस्पष्ट, अंधुक का होईना दर्शन घडू लागते. आणि मग त्या कवित्त्वशक्तीचा

प्रसाद मिळावा म्हणून तो तिच्या चरणांशी लीन होतो. ह्या लीनतेतून, विनम्रतेतून मग कवीचे मन निरहंकारी वृत्तीपर्यंत येऊन विसावते. त्याच्या अणुरेणूतून काव्यदेवतेची आरती सुरू होते आणि 'घालीन लोटांगण, वंदीन चरण' अशा समर्पित भावाने तो काव्यदेवतेच्या पायाशी दैवी शरणागती (Divine surrender) स्वीकारतो. अशाच एखाद्या दैवीक्षणी, काव्यदेवता कवीला प्रसन्न होते आणि खऱ्या प्रातिभ, प्रकाशमय, तेजोमय कवितेचा प्रसाद त्याला लाभतो.

म्हणूनच मला स्वत:ला सदैव असे जाणवत राहिले आहे की काव्यासंबंधातील ही अंतरंग साधना ही एक प्रकारची अध्यात्मिक साधनाच आहे. हा कवीचा अंतरंगातील प्रवास आहे. स्वत:मधल्या कवीला जाणीवेपासून नेणीवेपर्यंत नेणारी ही अंतर्यात्रा आहे. व्यक्ताकडून अव्यक्ताकडे, मूर्ताकडून अमूर्ताकडे, आकाराकडून निराकाराकडे कवीला घेऊन जाणारी ही एक शुभंकर, अनंत अंतर्वाट आहे. The inner Journey is the longest Journey. काव्य साधना ही म्हणूनच एका वेगळ्या अर्थाने अनंताची साधना आहे, अव्यक्ताची साधना आहे.

अशा प्रकारची काव्यसाधना म्हणजे अज्ञाताचा प्रवास आहे, अज्ञाताचा शोध आहे आणि म्हणूनच स्वत:चाही शोध आहे. आपल्यामधीलच आपण शोधायचा, धुंडाळायचा हा प्रवास आहे. मानवाच्या आदिम वासना, विकार, भावना, संवेदना आणि प्रेरणा जाणून घेण्याचा तो प्रवास आहे. मानवाच्या आदिम मूलभूत प्रेरणा, आणि शतकानुशतकांच्या त्यां प्रेरणांवर घडलेल्या आणि घडत असलेल्या, मानवी संस्कृतीचे परिणाम ह्यांचे परिशीलन ह्या साधनेत घडते. माणसातील आदिम पशुत्वापासून ते माणसातील अनंत देवत्वापर्यंतची वाटचाल ह्या साधनेत अवलोकन करायची असते. म्हणूनच ही काव्यसाधना म्हणजे आत्मशोधाची साधना तर असतेच; पण आत्मबोधाचीही असते. अशा साधनेमुळे कवीची आत्मविस्ताराची क्षितिजे अधिकाधिक विकसित होत राहातात आणि त्याच्या आत्माविष्काराचे अवकाश हळूहळू अधिकाधिक अथांग आणि अनंत होऊ लागते. अशा अविरत काव्यसाधनेतूनच, 'मंत्रद्रष्टे कवी' निर्माण होतात.

संत तुकारामांनी विठ्ठलाला म्हणजे देवालाच गुरु मानले आणि विठ्ठलाच्या आज्ञेने तुकारामांनी त्यांची काव्यसाधना सुरू केली. ज्ञानदेवांनी आपल्या गुरूंना निवृत्तीनाथांनाच देव मानले आणि निवृत्तिनाथांच्या आज्ञेने त्यांनी 'ज्ञानेश्वरी' मधून आपली काव्यसाधना पूर्णत्त्वास नेली. गुरुची आज्ञा आणि गुरुच्या कृपेतून झालेली त्यांची काव्यनिर्मिती म्हणूनच श्रेष्ठत्वास पोचली, अभंग झाली, अक्षर झाली. अशा दैवी आज्ञेतून आणि आशीर्वादातून झालेल्या त्यांच्या आंतरिक काव्यसाधनेतून, म्हणूनच मानवी जीवनाच्या अल्याड आणि पल्याडही असणाऱ्या असीम आनंद, सौंदर्य आणि मांगल्याच्या ऐश्वर्याने मंतरलेल्या कवितेची निर्मिती झाली.

ही दैवी आज्ञा आणि कृपा झाल्याशिवाय अशी कविता होत नाही. म्हणूनच काव्यसाधनेच्या ह्या आंतरिक प्रवासात कवी त्या अज्ञात, अगम्य अशा शारदेच्या कृपेची आळवणी करीत राहातो. एका वेगळ्या अर्थाने आणि प्रकाराने कवीची ही अध्यात्मिक वाटचाल सुरू होते. ह्या आंतरिक वाटचालीत स्वत:चाच स्वत:शी वाद, विवाद, संवाद आणि मग सुसंवाद घडू लागतो. वृत्तीतील हीण गळून पडू लागते. भाव अधिकाधिक परिशुद्ध होत जातो. कविता संकुचित कोषात बंदिस्त न होता ती व्यापक स्तरावर विकसित होत जाते. बहिर्मुखता संपून कवी अधिकाधिक अंतर्मुख व्हायला लागतो. काव्यभावात विहार करताना किंचित् काळ का होईना, कवीच्या मनाची विकारांनी, वासनांनी गढूळलेली दैन्यावस्था गळून पडते आणि विदेही उन्नतावस्थेचा पक्षी कवीच्या चिदाकाशात विहरू लागतो.

द्वा सुपर्णा सयुजा सखाया समानं वृक्ष परिषस्वजाते
तयोरन्य: पिप्पल स्वाद्वत्त्यनश्नन्नन्योऽभिचाकशीति।।

ह्या विदेही पक्ष्याच्या जागृतीमुळे आणि उन्नतीमुळे कवी साक्षीत्वाने आपल्या जीवनाकडे आणि कवितेकडेही पाहू लागतो. आपल्या जीवनाचे, भाववृत्तींचे आणि कवितेचेही उन्नयन व्हावे अशी आस कवीच्या मनात निर्माण होते. प्रेम हे व्यक्ती किंवा वस्तुपुरते मर्यादित न राहता ते अधिक व्यापक होत जाते. प्रेमाचेच रूपांतर जीवनावरील भक्तीत होते. एका आगळ्या वैश्विक करूणेत (ही करूणा म्हणजे भूतदया नव्हे) कवीचे मन न्हाऊ लागते. आणि मग अशा चित्ताच्या उन्नत अवस्थेत तो कवी विश्वसख्याची आणि विश्वसहचर्याची गाणी गाऊ लागतो. बाह्य, लौकिक सौंदर्याची गीते गाणाऱ्या कवीच्या गीतात मग आंतरिक, अलौकिक सौंदर्याचेही दिव्य ध्वनि उमटू लागतात. बाह्य जगाच्या, निसर्गाच्या कवितांमधूनही मग चिद्‌विलासाचे मंत्र घुमू लागतात. अशा अध्यात्मिक साधनेने तप:पूत झालेल्या कवीच्या कवितांमधून जीवनातील सत्याचा, शिवाचा आणि मांगल्याचा साक्षात्कार घडू लागतो. अखेरीस भाव-उन्नयनाच्या पूर्णत्वाच्या दिशेने घडत असलेली ही अध्यात्मसाधना, कवीच्या कवित्वाला संतत्वाकडे घेऊन जाते.

आणि अशी चैतन्यमय कविताच, मानवी संस्कृतीचे पुनर्जागरण करीत आणि तिला समृद्ध करीत शतकानुशतके टिकून राहाते. मराठीत अनेक थोर, प्रतिभावंत कवी होऊन गेले. त्यांच्यातील कितीजणांच्या किती कविता जनमानसात आजही टिकून आहेत? त्याउलट आपल्या देशातील संतकवींच्या कविता आज अनेक शतकानंतरही समाजातील सामान्य माणसाच्या मनात आणि ओठांतही रूजलेल्या आहेत. आपल्या भारत देशात संत कबीर, मीराबाई, गुरू नानक, चैतन्य प्रभू, संत तुलसीदास, संत ज्ञानेश्वर, संत तुकाराम, समर्थ रामदास अशी संतकवींची मांदियाळी गेल्या काही शतकात उदयास आली. आज ७००-७५० वर्षांनंतरही ज्ञानदेवांच्या

ओव्या, ३५० वर्षांनंतरही संत तुकारामांचे अभंग आणि समर्थांचे श्लोक ह्या काव्यप्रकारांना मराठी भाषेच्या आणि मराठी मनाच्या गाभाऱ्यात देवत्वाचे स्थान आहे. ७५० वर्षांनंतरही लाखो लोक आषाढी-कार्तिकीला ज्ञानबा-तुकारामांचा जयघोष करीत त्यांच्या ओव्या-अभंगांनी आसमंत दुमदुमवून सोडत आहेत. संत कवितेत असे काय आहे की जे संत कवितेला इतर कवींच्या कवितेपेक्षा अधिक चिरंतनत्व बहाल करते? कवितेच्या संदर्भात हा जरी स्वतंत्र अभ्यासाचा विषय असला तरी माझ्यासारख्या सामान्य कवीनेही ह्या गोष्टीवर अधिक सखोलपणे आणि सुजाणतेने चिंतन करायला हवे.

मला तरी असे वाटते की संतांची कविता ही संपूर्ण आत्मानुभूतीतून प्रकट झालेली कविता आहे. तिचे आंतरिक सौंदर्य हे एवढे तेजोमय आहे की बाह्य उपाधींची त्यापुढे फारशी मातब्बरीच राहात नाही. बाह्य अलंकारांपेक्षा शब्दांतील आशय हा ह्या संतकवितेने श्रेष्ठ मानला आहे. संत ज्ञानेश्वर म्हणतात,

'तैसें शब्दांचें व्यापकपण। देखिजे असाधारण
पाहतया भावज्ञा फावती गुण। चिंतामणीचे।।
आहचि बोलाची वालीफ फेडिजे। आणि ब्रह्माचिया आंगा घडिजे।
मग सुखेंसी सुखाडिजे। सुखाचिमाजी।।

म्हणजेच कवितेतील शब्दांवरील कवच किंवा फोलपट भेदून आतील 'अर्थभरित रसाळ गाभा चाखणारा खरा भाग्यवंत. शब्दांच्या अंतरंगातील हा भाव ज्याला उमजतो, त्याला मग त्या कवितेत 'चिंतामणीचे गुण' गवसतात.

आत्मसाधनेतून संतांच्या कवितांना चिरंतन सत्य, शाश्वत सौंदर्य आणि अनंत आनंदाने आलिंगन दिले आहे. आणि म्हणूनच जो अपूर्व भाव संतकाव्यात प्रकट झाला आहे, त्यामुळेच संत कविता ही अजर, अक्षय आणि अमर झालेली आहे. प्रज्ञेतून प्रसवलेली ही कविता आहे.

'निर्विचारवैशारद्ये अध्यात्मप्रसाद:।
ऋतंभरा तत्र प्रज्ञा।'

अशी ऋतंभरा प्रज्ञा आपल्याला प्राप्त व्हावी आणि अशी प्रज्ञेने पावन झालेली कविता आपल्या परावाणीतून स्फुरावी, हीच कुठल्याही कवीची प्रार्थना असायला हवी.

रसिकमित्रहो, फक्त प्रार्थनेने ध्येय साध्य होत नाही. त्यासाठी उपासना करावी लागते. माझ्याकडून अशा समर्पित वृत्तीने काव्यदेवतेची साधना, उपासना, आराधना, आरती काहीच घडले नाही. पण तरीही कवितेने मला आयुष्यभर सोबत दिली, माझ्या कवितेपेक्षाही इतर श्रेष्ठ कवींच्या कवितेने. जीवनाच्या अनेक चढउतारात कवितेने मला साथ दिली आणि आधारही दिला. अनेक संकटांच्या प्रसंगी, कवितेनेच मला लढण्याचे धैर्य दिले. ह्याच कवितेने मला दु:खाच्या डोहात मी डुंबत असताना,

आनंदाचा साक्षात्कार घडविला. सुखाच्या क्षणात हीच कविता माझी सखी-सजणी बनली. माझी कविता तर जीवनातल्या अनेक वळणांवर अवचितपणे आणि वारंवार मला भेटत राहिली. आज मागे वळून पाहातानाही माझ्या प्रत्येक कवितेची आणि माझी भेट मला अगदी लख्ख आठवते. गोव्यात शांतादुर्गेच्या देवळात मी आरतीला उभा होतो. देवीच्या मुखमंडलाकडे पहात असतानाच 'स्तोत्र मीपणाचे' ह्या कवितेच्या जवळजवळ २५ ओव्या अवघ्या १०-१५ मिनिटांत, माझ्याकडून वदवल्या गेल्या. 'सखीस', 'पल्याड', पैलतीरावर दिवे लागले' अशा काही कविता मला रात्री स्वप्नातच स्फुरल्या. 'स्वागत' ही मृत्यूवरील कविता अशीच मित्राच्या चितेला अग्नि देत असताना, स्मशानात स्फुरली. दत्तजयंतीला दत्ताची पालखी पाहताना आणि 'दिगंबरा दिगंबरा श्रीपाद वल्लभ दिगंबरा' हा नामघोष ऐकता ऐकता, 'निर्मिती' ही कविता अवघ्या १० मिनिटांत प्रसवली. कविता माझ्याही नकळत अवचितपणे मला सदैव भेटत राहिली. जागृतपणे आणि नित्य अशी कुठलीही कवितेची साधना न करता, ती माझ्यावर अशी प्रसन्न होत राहिली, हे कदाचित माझे पूर्वसुकृत असावे असा माझा कयास आहे. किंवा कदाचित माझ्याही नकळत माझ्या अर्धजागृत आणि सुप्त मनात कवितेची अंतरंग साधना चालू असावी.

कलाकाराच्या किंवा कवीच्या मनात ही निर्मितीची बीजे येतात कुठून हा प्रश्न मला नेहमीच अचंबित करीत आला आहे. गझलचा बादशहा गालिबने ह्यावर एक अप्रतिम शेर लिहिला आहे. गालिब म्हणतो-

'आते हैं ग़ैबसे ये मज़ामीं ख़यालमें
ग़ालिब सरीरेख़ामा नवा-ए-सरोश हैं'

मज़मून म्हणजे निर्मितीचे बीज. मज़ामीं हे त्याचे अनेकवचन. आणि ग़ैब म्हणजे दूर अनंताकडून, एखाद्या अज्ञात ठिकाणाहून. गैब म्हणजे इंग्रजीत oblivion. गालिब म्हणतो की ही निर्मितीची बीजे माझ्या खयालमें म्हणजे विचारात, कल्पनेत अनंताकडून येतात. दुसऱ्या ओळीतील सरीरेख़ामा असे तो जो म्हणतो त्यातील ख़ामा म्हणजे लेखणी किंवा बोरू आणि सरीर म्हणजे आवाज किंवा त्या बोरूची कुरकूर. नवा-ए-सरोश मधील सरोश म्हणजे ज्या देवदूताने पैगंबराला स्वप्नात कुराण सांगितले तो आणि नवा म्हणजे आवाज. थोडक्यात गालिब त्याच्या कवित्त्वशक्तीचे श्रेय स्वत:कडे घेत नाही. तो म्हणतो गालिबची गझल म्हणजे त्या सरोशचा, त्या देवदूताचा आवाज आहे, जो बोरूच्या कुरकुरीतून व्यक्त होतो.

ही अज्ञाताची हाक, ही अज्ञाताची साद, हा अज्ञाताचा आवाज ज्या कवीला ऐकू येतो आणि त्याच्या कवितेतून मुखरित होतो तो खरा प्रतिभावंत कवी, तोच खरा प्रज्ञावंत कवी, तोच खरा राजहंस कवी. बाकीचे माझ्यासारखे इतर सामान्य कवी म्हणजे 'म्हणोनि काय कुणी चालावेचि ना' ह्या जातीचे. अज्ञाताची ती साद ऐकू

येण्यासाठी मनाच्या कानांची श्रवणशक्ती अतिशय सूक्ष्म आणि तरल व्हावी लागते. हे महद्भाग्य शतकातून एखाद्याच पुण्यवंत कवीला लाभते.

माझ्या रसिक मित्र-मैत्रिणींनो, सुदैवाने मला माझ्या कवितेचे मूल्यमापन वस्तुनिष्ठतेने करता येते. माझ्या कवितेतील प्रतिभेचा स्तर, माझ्या शब्दकळेची प्रत, त्या कवितेच्या रचनेचे आकृतिबंध ह्यातील मर्यादा मला उमगल्या आहेत. माझ्या कवितेतील दोष, उणीवा, त्रुटी तसेच बलस्थाने ह्यांचीही मला जाणीव आहे. आपल्याच कवितेच्या प्रेमात न पडता, तिला तटस्थपणे न्याहाळण्याचे, तिऱ्हाईताप्रमाणे तिला पहाण्याची दृष्टीही सुदैवाने मला लाभली आहे.

परंतु माझी ही कविता, काव्यदृष्ट्या फार मोलाची नसली तरी माझ्या जीवनात ह्या कवितेचे आणि स्वरांचे स्थान अनमोल आहे. शाळा-कॉलेजात असल्यापासूनच मी कविता लिहित होतो आणि संगीताचाही अभ्यास करत होतो. शाळा-कॉलेजात असतानाच मी माऊथ ऑर्गन, बुलबुल तरंग, बासरी, हार्मोनिअम, ॲकॉर्डिअन, गिटार, मेंडोलीन अशी अनेक वाद्ये वाजवायला शिकलो. व्यावसायिक ऑरकेस्ट्रामधे मी मेंडोलीन वाजवीत असे. पण तरीही, कुठल्याही वाद्यावर मी प्रभुत्व किंवा नैपुण्य मिळवले नाही. वाद्य थोडेफार चांगले वाजवता येऊ लागले की माझा त्यातील रस संपून जात असे. लहान मुलाने जसे एखाद्या खेळण्यातील त्याची गम्मत संपली की दुसऱ्या खेळण्याशी खेळावे, तसे काहीतरी माझ्याबाबतीत होत गेले. मला लगेच त्या वाद्यातील त्रुटी, उणीवा आणि मर्यादा जाणवू लागत. ते वाद्य माझ्या अभिव्यक्तीसाठी अपूर्ण आहे असे माझे मन सांगू लागे. परंतु ह्या उणीवा, त्रुटी, मर्यादा बाहेर नसून माझ्या व्यक्तिमत्त्वात आहेत, ही अपूर्णता बाह्य जगात नसून माझ्या आत आहे हे समजायला बरीच वर्षे जावी लागली. आणि जेव्हा ही जाणीव झाली तेव्हा मी उपजीविकेच्या आणि प्रपंचाच्या कोळ्याच्या जाळ्यात असा काही गुरफटून पडलो होतो, अडकून गेलो होतो की त्यानंतर विद्या आणि कलेची साधना करायची सवड, वेळ कधी मिळू शकला नाही किंवा मी तसा वेळ कलेला देऊ शकलो नाही.

पण तरीही स्वरांनी आणि कवितेने मला गेली ५०-५५ वर्षे अखंड आणि अतूट सोबत दिली आहे. मी त्यांचा तसा अनुनय न करताही, त्यांनी माझ्यावर प्रेम केले आहे. कविता आणि संगीत हे दोन्ही एक प्रकारच्या प्रकाशदायी, आनंददायी उर्जा बनून माझ्या जीवनात रुजल्या. कवितेने आणि संगीताने मला आजन्म आनंद दिला. फक्त निर्भेळ आनंद. शब्द आणि स्वरांच्या असीम आकाशात विहरण्याचा आनंद. वासनांच्या उत्सर्गाचा आनंद. विकारांच्या विसर्गाचा आनंद. वृत्तींच्या नर्तनाचा, लास्याचा आनंद. मनातील भावांच्या उन्नयनाचा आनंद. नवरसांच्या परिपोषाचा आनंद. नादाच्या गुंजनाचा आनंद. लयतालाच्या अद्‌भुत क्रीडेचा आनंद. चित्ताच्या शुचिर्भूततेचा आनंद. मनात दाटून आलेली कृतज्ञता व्यक्त होण्यातला आनंद. विश्वकरुणेने डोळ्यातून

पाझरणाऱ्या अश्रूंचा आनंद. विश्वात्मक विश्वेश्वराच्या स्मरणाचा आनंद आणि सगळ्यात विलोभनीय असा ईश्वरी वंशातील निर्मितीक्षमतेचा अंश आपल्यातही आहे ह्या शुभंकर, मंगल जाणीवेचा आनंद.

कविता आणि संगीताने माझ्या आयुष्यात जागृति, स्वप्न आणि सुषुप्ति ह्या तीनही अवस्थांमध्ये मला अहोरात्र साथ देऊन आनंद तर दिलाच. पण क्वचित कधीतरी अवचितपणे 'तुरीयावस्थे'तील आनंदाचीही अनुभूती दिली. द्वैत, विशिष्टाद्वैत आणि अद्वैताच्या क्रीडांगणातील स्वत:च्याच स्वत:शी चाललेल्या खेळातील निगूढ क्रीडेच्या अर्थगर्भतेचा आनंदही मला कविता आणि संगीतानेच प्रदान केला. मानवी जीवनातील मूलभूत, तलस्पर्शी प्रश्नांना भिडण्याच्या प्रेरणेतला आनंदही मला कवितेनेच दिला. अंत:करणापासून सांगायचे झाले तर मला तरी असे वाटते की माझ्या आयुष्यातील परिपूर्णतेच्या तीर्थक्षेत्राकडे जाणारी दुर्गम वाट, कविता आणि संगीताच्या चांदण्यानेच प्रकाशमय होत राहिली आहे, उजळत राहिली आहे.

म्हणूनच कवितेचे आणि संगीताचे माझ्यावर अपरंपार ऋण आहे. 'कविता-स्वर माझे सोयरे सांगती' ही माझी दृढ भावना आहे. आणि म्हणूनच माझी कविता कशीही असली तरी मी तिच्या ऋणातही आहे आणि प्रेमातही आहे.

'खेळिया' ह्या माझ्या काव्यसंग्रहातून माझी ही कवितासखी तुमच्या भेटीला येत आहे.

'विसर्ग बिंदू मात्राणी पद पादाक्षराणिच
न्यूनाति चाति रिक्ताणी क्षमस्व 'रसिकेश्वर'

माझ्या कवितेमधल्या उणीवांबद्दल मला क्षमा करावी, एवढीच मी रसिकांची प्रार्थना करतो.

शेवटी प्रत्येक कवीला वाटते की आपली कविता रसिकांना आवडावी. त्यातून त्यांना आनंद मिळावा. कवितेच्या आनंदडोहात डुंबताना, रसिकांच्या मनातही आनंदतरंग निर्माण व्हावेत. पण तशी प्रतिभा आणि प्रसाद प्रत्येक कवीला लाभतोच असे नाही.

कविता आनंदमयी होण्यासाठी कवितेचा गाभा म्हणजे आशय हा आनंदस्वरूप असला पाहिजे. कवितेतील शब्दांमधील आणि शब्दांपल्याडच्या अर्थाचा हा आनंदरस चाखणाऱ्यालाच 'सुखेंसीं सुखाडिजे, सुखाची माजी' असा स्वानंद सोहळा अनुभवता येईल. कवितेच्या बाह्य रूपापेक्षा तिच्या अंतरंगातील भावच कवितेला चिरंतनत्व देत असतो. रसात्मकता हा कवितेचा प्राण असतो. म्हणूनच रसाविष्कारातून रसिकाला 'रसो वै स:' या जीवनाच्या मूलस्रोताचे प्रातिभ दर्शन घडविणारा दिव्य भाव हे कवितेचे खरे चैतन्य आहे.

प्रत्येक कवीला वाटते किंवा वाटले पाहिजे, तसे मला ही वाटते की माझ्या

कवितेतही 'ही' आनंदमयता यावी, हे चैतन्य यावे. निदान काही अंशी तरी प्रतिभेचा हा चिन्मय प्रसाद आपल्या कवितेत यावा. पण त्यासाठी अविरत, अविचल आणि अव्यभिचारी अशी कवितेची साधना चालू ठेवणे, कवितेचा ध्यास घेणे एवढेच माझ्या किंवा कुठल्याही कवीच्या हातात आहे. बाकी तशी प्रातिभ वाणी देणे, तशी रसमयी वाचा देणे हे त्या 'सख्या कृपावंता'च्या हातात आहे. म्हणूनच माझ्यासारखा एक साधा कवी 'सरस्वती, दिव्य स्वरगान दे' अशी फक्त सरस्वतीची प्रार्थना करीत राहातो.

'वन्हीची ज्वाला जैसी, वाया जाये आकाशी
क्रिया विरावी तैसी, शून्यामाजी।।'

अशा सम्पूर्ण अकर्तृत्वाच्या, निरहंकार आणि निरभिलाष भावनेतून, मी तुम्हा सर्व मराठी सारस्वतांना आणि रसिकजनांना माझा 'खेळिया' हा कवितासंग्रह समर्पित करीत आहे.

शुभं भवतु!

- डॉ. घनश्याम बोरकर
२१/०९/२०१८

कृतज्ञता निर्देश

आचार्य अत्रे म्हणाले होते की, उगीच काहीतरी खरडून प्रसिद्ध करण्यापेक्षा ह्या जगात वाचण्यासारखं उत्तमोत्तम साहित्य आहे, त्याच्या वाचनात वेळ घालवावा. मराठी, हिंदी, कोंकणी, बंगाली, इंग्लिश आणि संस्कृत ह्या भाषांमधील आणि ह्या भाषांत अनुवादित झालेल्या लोकोत्तर साहित्यिकांच्या अनेक अप्रतिम साहित्यकृती आणि कवितांचे वाचन माझ्याकडून घडले आहे. आणि त्यामुळेच आपल्या कविता प्रसिद्ध होऊ नयेत असे मला मनापासून वाटत होते. पण तरीही 'यदृच्छेने' आज 'खेळिया' हा माझा कविता संग्रह प्रकाशित होत आहे. हा कवितासंग्रह ज्यांच्यामुळे प्रकाशित होत आहे, त्या सगळ्यांचाच मी मनोमन ऋणी आहे.

केवळ जिच्या १० वर्षांच्या तगाद्यामुळे, हट्टामुळे, आग्रहामुळे, अथक प्रयत्नांमुळे आणि दुर्दम्य इच्छाशक्तीमुळे 'खेळिया' प्रसिद्ध होत आहे, जिने माझ्या सर्व चित्रविचित्र संकल्प-विकल्पांसह मला आयुष्यभर स्वीकारले आणि सांभाळले ती माझी सखी, सचिव, कार्येषु मंत्री आणि सौभाग्यलक्ष्मी सौ. राजश्री बोरकर.

'अशी स्तंभित करणारी अनेक सौंदर्यस्थळे या कवितेत आहेत' असे 'साधुपुरुष' ही कविता वाचून ज्या अनोळखी व्यक्तीने मला पत्रातून लिहिले, ज्यांच्या ह्या एका ओळीने माझ्या मनातील काळोखी विचार विरून गेले, 'खेळिया' संग्रह प्रकाशित करावा असे स्फुरण आले ते उमदे, रसिक आणि मोठ्या मनाचे कवी, **कवी पुष्पाग्रज उर्फ श्री. अशोक नाईक** (गोवा)

वैद्यकीय कॉलेजमध्ये शिकताना, वसतिगृहात राहाताना माझ्या कविता ऐकून, 'तू कविता संग्रह काढ' असे मला माझ्या २०व्या वर्षी सांगणारे, माझे जिवश्चकंठश्च रसिक मित्र **डॉ. अविनाश कामत** व **डॉ. सुधाकर भोत**

ज्याने शब्दांचा पोत आणि झोत, शब्दांचा अर्थ आणि फेक तसेच शब्दांमधील नाट्य आणि लास्य ह्यांच्या वाचिक अभिनयाचे मला भान दिले, माझ्यातील अभिनेता घडविला, तो माझा सुहृद, **श्री. अच्युत देशिंगकर**

ज्यांनी 'बाबीस श्रुतिओंका मालिक' असलेल्या तानपुऱ्यातून मला अचूक श्रुतिंचे आणि राग-भावाचे मनोज्ञ सौंदर्यदर्शन घडविले, ते माझे सांगितिक गुरू **मरहूम उस्ताद, सईदुद्दिन डागर**

ज्यांनी माझ्या साहित्यिक आणि काव्य गुणांना नेहमीच प्रोत्साहन दिले ते माझे मित्र **कवी किशोर दीक्षित, डॉ. विद्याधर ओक, अनुप प्रियोळकर, पं. राजा काळे, शरद मांडे, पं. मिलिंद रायकर, लापारीकर, भारत बाणावलीकर**

ज्याने साहिर, मीर, गालिब सारखे अनेक कवी मला उलगडून दाखवले, माझ्या कवितेचा रसात्मक आणि टीकात्मक असा दोन्ही आस्वाद मला घडवला, 'खेळिया' संग्रहातील कवितेतील मुद्रणदोष सुधारले, तो माझ्यासारखेच कविता आणि संगीतावर बेहद प्रेम करणारा माझा सहधर्मा **डॉ. राजेंद्र सामंत**

ज्यांनी माझ्या कवितेचे कौतुक केले आणि कविता संग्रह प्रकाशित करावा असा प्रेमाचा आग्रह केला ते साहित्यिक कै. **कवि मंगेश पाडगांवकर, कै. शंकर वैद्य, कवयित्री उषा मेहता, कुमार केतकर**

लौकिकाच्या स्थूल जाणीवेकडून, अलौकिकाच्या सूक्ष्म जाणीवेच्या मार्गावर ज्यांनी माझी पावले वळविली ते **श्री. विद्याधर गाडगीळ**, **स्वामी दुर्गानंद गिरी** आणि **प. पू. के. वि. बेलसरे**

ज्यांनी 'खेळियाला' अभ्यासपूर्ण प्रस्तावना लिहिली ते माझे काव्यासक्त, कलासक्त, आर्जवी आणि मृदू व्यक्तिमत्त्वाचे साहित्यिक मित्र **सोमनाथ कोमरपंत** (गोवा)

ज्यांनी 'खेळिया'साठी दोन शब्द लिहिले, ते 'मेघसूताचा' मराठी अनुवाद करणारे बुद्धिमान, रसिक कवी आणि अर्थतज्ज्ञ **वसंतराव पटवर्धन** (पुणे)

ज्यांनी 'खेळिया' वाचून अभिप्राय दिले, ते सर्व रसिक साहित्यिक **डॉ. अशोक कामत** (पुणे), **डॉ. माधवी वैद्य** (पुणे), **सौ. अश्विनी धोंगडे** (पुणे), **श्री. सुरेश खरे** (मुंबई), **श्री. माधव बोरकर** (गोवा), **डॉ. राघवेंद्र जोशी** (औरंगाबाद)

ज्यांनी ह्या 'खेळिया'ला सुंदर असे रंगरूप दिले, अक्षरांची, शब्दांची, रेषांची, चित्रांची आखणी करून माझ्या कवितेला देखणी केली, ते माझे मित्र, चित्रकार **श्री. सतीश भावसार**

आणि सर्वात अखेरीस, ज्यांच्या सहकार्यामुळे आणि परिश्रमांमुळे आज 'खेळिया' हा कविता संग्रह रसिकांच्या हाती मी सोपवू शकत आहे त्या 'ग्रंथाली' परिवाराचे सर्व सदस्य, इंडिया प्रिंटिंग प्रेस ह्या मुद्रण संस्थेचे सदस्य व मालक श्री. लिमये आणि 'ग्रंथाली'चे विश्वस्त **श्री. सुदेश हिंगलासपूरकर**

अनुक्रम

दिव्य स्वर-गान दे (राग - यमन)

दिव्य स्वर-गान दे
सरस्वती, दिव्य स्वर-गान दे।।धृ.।।

पत्थर भेदुन ओल पसरिशी
प्रस्तरात निर्झरा प्रसविशी
घे जवळी मुर्दाड मना मम,
भाव-रस-पान दे।।१।।
सरस्वती, दिव्य स्वर-गान दे।।

निळ्या नभी जलदांस जमविशी
आकाशा आभाळ बनविशी
रित्या मनी, शिंपून तृप्तिजल
मुक्ति वरदान दे।।२।।
सरस्वती, दिव्य स्वर-गान दे।।

भूमीतुन अंकूर उगविशी
प्रकाशात कलिकांस उमलिशी
सहस्त्रार कमळास फुलवुनि
ऋतंभर ज्ञान दे।।३।।
सरस्वती, दिव्य स्वर-गान दे।।

अक्षरांतुनी मंत्र वदविशी
स्वरातुनी संगीत सजविशी
अनाहताच्या उगमामागील
स्फूर्ती, लय, जाण दे।।४।।
सरस्वती, दिव्य स्वर-गान दे।।

अरूपाला रूपात रमविशी
रूपातुन चैतन्य प्रकटिशी
वाग्यज्ञी प्रातिभ शब्दांतून
विश्व-शिव भान दे।। ५।।
सरस्वती, दिव्य स्वर-गान दे।।

कर्म, फल नि कर्तृत्त्व दाहतो
‘मी’ ‘माझेपण’ तुला वाहतो
चित्ताला कल्याणप्रवाही
चिंब जल-स्नान दे।।६।।
सरस्वती, दिव्य स्वर-गान दे।।

४/३/२०१८

साजण (राग - गौड मल्हार)

मी मनभावन, मी ऋतुश्रावण
मी कवितेचा साजण रे।
प्रीतीच्या शृंगारनभातिल
प्रसन्नमन रतिराजन रे।।धृ.।।

उन्हात कधितरि खेळत वारा
बरसति, लपती कधि जलधारा
धरेत रुजुनी, दंवात भिजुनी
प्रतिभेने मी पावन रे ।।१।।

कविता माझी उर्वशी, रंभा
कधि कालिंदी, यमुना, गंगा
कधि मीरा ही, कधि ही राधा
गोकुळी मी मनमोहन रे।।२।।

ब्रह्मकमळ होऊन उमलते
उष:सूक्त मनि गात उमटते
क्षणात रुसते, क्षणात हसते
अनुनयि, प्रणयी साजण रे।।३।।

२१/८/२०१८

नाते अजून आहे... (राग - अभोगी)

नाते अजून आहे ।।धृ.।।

ह्या कोवळ्या उन्हाशी, त्या सावळ्या घनाशी
या बावऱ्या मनाशी, नाते अजून आहे ।।१।।

विझले जरी सुखांचे हे चंद्र, सूर्य, तारे
आकाश पेटलेले जागे मनात आहे ।।२।।

ही पावले निघाली ओलांडण्या तटाला
पुळणीत भारलेली ही वाट अडून आहे ।।३।।

क्षितिजापल्याड घुमते ही शीळ अनंताची
वारा भुलावणीला का साथ देत आहे? ।।४।।

१०/६/१९९६

स्तोत्र 'मीपणा'चे

कशाचा प्रसाद, कुणाचा हा कौल
वैफल्याचा खेळ, आशेपोटी ।।१।।

मानव प्रचंड सामर्थ्याचा पुत्र
तो का असा हीन-दीन होई?। ।२।।

तेजाचा तू ठेवा, तेजाचा मी अंश
तुझाच मी वंश, अहंकारी ।।३।।

जे जे रे सुंदर, पवित्र, मंगल
ते सारे समर्थ, मानितो मी ।।४।।

समर्थाने घ्यावा, सामर्थ्याचा ध्यास
सामर्थ्याची कास, धरुनिया ।।५।।

मीपण सामर्थ्य, मीपण पौरुष्य
मीपण धारिष्ट्य संघर्षाचे ।।६।।

मीपण अहंता, मीपण अर्हता
मीपण तुष्टता, साधनेची ।।७।।

मीपण संस्कृति, मीपण संपृक्ती
मीपण संतृप्ती, प्रयत्नांची ।।८।।

मनाच्या स्मशानी, विकारदंशांनी
रोज मी मरुनी, रोज उरे ।।९।।

मीपण चंदन, यातना साहून
सुगंध जळून देण्यासाठी ।।१०।।

मीपण भूपाळी, आत्मगौरवाची
वेदनांच्या पोटी प्रसवली ।।११।।

मीपण भैरवी आत्ममर्यादेची
जाणीवेने ओठी वदविली ।।१२।।

प्रयत्नांच्या नौका दैवाशी झुंजती
फुटून बुडती, अयशात ।।१३।।

अविचल उभे दीपस्तंभापरी
मीपण सागरी वादळात ।।१४।।

निराशेचा जरी अंधार हा दाटे
मीपणाचे नाते प्रकाशाशी ।।१५।।

प्रलयी बुडाले विश्व जरी सारे
मीपण हे उरे दशांगुळे ।।१६।।

माझ्यातच सूर्य, चंद्र, नभ, तारे
माझ्यातच वारे, चैतन्याचे ।।१७।।

माझे हे 'मीपण' तेच देवपण
त्याचेच पूजन करीन मी ।।१८।।

नको तुझी कृपा, नको तुझे छत्र
स्वर्जित संचित लाभो मला ।।१९।।

ना सरो संकटे, ना सापडो श्रेय
आता फक्त ध्येय, प्रवासाचे ।।२०।।

आपुली आपण शोधीन मी शक्ती
स्वतःवर भक्ती ठेवूनिया ।।२१।।

सोनियाचा दिस तुझ्या अंगणात
देव 'मीपणा'त प्रकटला ।।२२।।

१२/१२/१९९०

तरी आम्ही सोवळे (राग - भैरव)

स्नान नाही, संध्या नाही तरी आम्ही सोवळे
स्पर्शातीत, सर्वातीत, आत्मरत सोवळे ।।धृ.।।

पापाचा विटाळ नाही
पुण्याचा सांभाळ नाही
जन्मभरी धरु पाही
मोहाची ही मोहोळे,
तरी आम्ही सोवळे ।।१।।

कामामध्ये दंग होतो
लोभाला सवंग होतो
जनी सारे भोग घेतो
मनी मात्र मोकळे,
ऐसे आम्ही सोवळे ।।२।।

ओठी वेदनेची गाणी
डोळियां जरी हो पाणी
डोलताती मनोमनी
अमृताचे हे मळे,
ऐसे आम्ही सोवळे ।।३।।

मनी चैतन्याचे वारे
दुःखातही सुख न्यारे
जन्ममृत्यू आम्हा सारे
सारखेच सोहळे,
ऐसे आम्ही सोवळे ।।४।।

दिसते जलात आहे
तरीही नभास पाहे
कर्दमात फुललेले
कमळ हे कोवळे,
ऐसे आम्ही सोवळे ।।५।।

काळोखाचे गंध भाळी
दु:खमाळा कंठी माळी
आत्मसूर्या देत टाळी
नाचणारे गोंधळे, ऐसे आम्ही सोवळे ।।६।।

१६/६/१९७४

अनोळखी होऊ पुन्हा (राग - देस)

आयुष्य हे गेले सखे, निसटून पाऱ्यासारखे
अनोळखी होऊ पुन्हा, दूरस्थ ताऱ्यासारखे ।।धृ.।।

आता कशाला वेचुया हे शंख आणि शिंपले
नक्षत्र स्वातीचे मनीचे नी जनीचे संपले
भिजवुया लाटांनि मन, ओल्या किनाऱ्यासारखे ।।१।।

क्षितिज हाच जरी किनारा, नाव अपुली वेगळी
निळाईतुन सागराच्या धाव अपुली वेगळी
चल पुन्हा निघुया प्रवासा कृष्ण-राधेसारखे ।।२।।

चल अता ग लोटु नौका आंतरिक या सागरी
चल अता ह्या ओतुया प्रापंचिकाच्या घागरी
विलोपुया स्वत:स त्या कर्पूरगंधासारखे ।।३।।

खग जसे नि:संग उडुया, बंध अपुले भंगुया
इंद्रधनु फुलवू मनी, अपुल्यात आपण रंगुया
चल आता, विहरू जगी, अस्पर्श वाऱ्यासारखे ।।४।।

एक ज्योति नि एक दीप्ति, किरणवाटा वेगळ्या
एक तृप्ति नि एक मुक्ती, मरणलाटा वेगळ्या
संगमातुनि जाऊया ग, उगमी गर्भासारखे ।।५।।

१२/६/२०१२

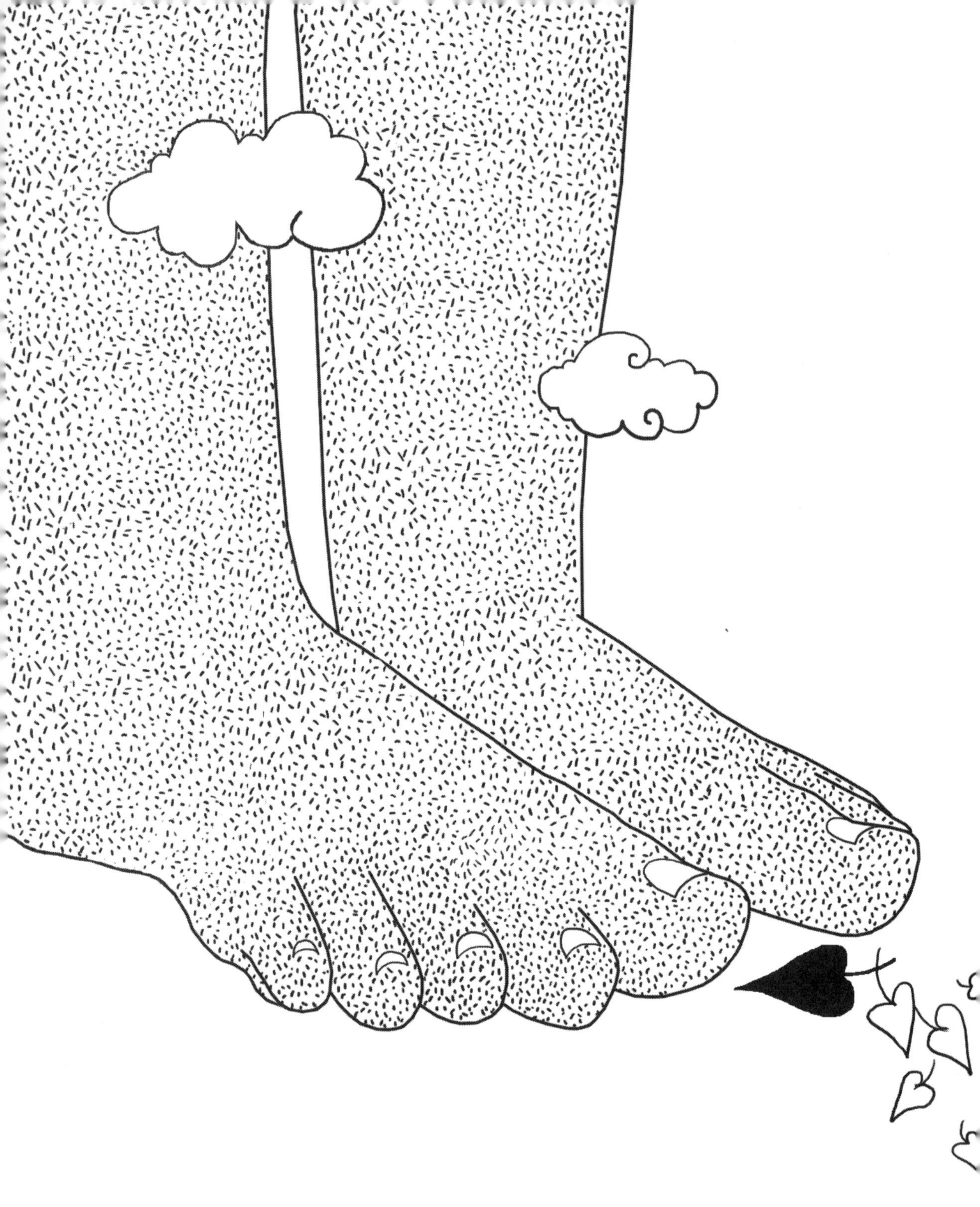

डोह (राग - मधमाद सारंग)

भोगमयी वाट
अहंकार ताठ
वासना रहाट
चालवू या ।।१।।

गढूळ पाण्यात
सुखदु:ख छाया
गोसाव्याची माया
आठवू या ।।२।।

झिजावे चंदन
सहाणेला सिद्धी
प्रकाशित बुद्धी
मालवू या ।।३।।

कर्माच्या डोहात
साचे सांडपाणी
तीर्थंकर कोणी
कालवू या ।।४।।

कालिया बोलला
उठा चक्रपाणी
यमुनेला गाणी
पाठवू या ।।५।।

२५/१२/१९९७

उडुनि जा रे पाखरा

उडुनि जा रे पाखरा, हे गगन तुज नादावते
पंख पसरुनि झेप घे रे, क्षितिज तुज बोलावते ।।धृ.।।

सप्तसागर पार करत, कर्तृत्वगाणे गा नवे
विरहदु:खातून स्फुरतिल जीवनाचे स्वर नवे ।।१।।

वाळवंटी विहरता जरि भुलवती तुज मृगजळे
किर्र रानातून फिरता भिवविती जरि श्वापदे ।।२।।

संकटांसी झगडिता, थकशील कधि तू एकटा
जाणवुन एकाकिपण, रडशील कधि तू एकटा ।।३।।

तेधवा स्मर आपुले ते दिवस रे घरट्यातले
तेवणारे प्रेम तुझिया आईच्या नेत्रातले ।।४।।

सोयरे नसतील भवती, सांगण्या जय-यश कथा
जांभळ्या मेघास वद रे, अंतरीच्या तव व्यथा ।।५।।

मेघास बनवुन दूत मग धाडेन वत्सल स्पंदने
वर्षतिल कालिंदी-गंगा देत आशीर्वच तुला ।।६।।

वज्रमन विहरो तुझे अन् पंख सुंदर साजिरे
राजहंसी वैभवी तू मिरव यश-कीर्ति-तुरे ।।७।।

पाखरा इतुकाचि उड, जगणेचि होई प्रकाश रे
पारखा होऊ नको परि सावलीस स्वत:च रे ।।८।।

मारुतीपरि उडुनिही ना अंतराळा अंत रे
अन्ति शिखरी बैसणे, गरुडास ना गति अन्य रे ।।९।।

कोणा कळे उडणे असे हे, गति कि रे अगतीकता
प्रगतिच्या वाटा खऱ्या की ही खरी नियतीकथा? ।।१०।।

पक्षी नवे, गाणे नवे पण खेळ आहे हा जुना
मोरपंखि नि रेशमी, विसरू नको घरच्या खुणा ।।११।।

तू असा उड, तू तसा उड, काय म्हणुनी सांगु रे
तू कसाही उड परी आनंदगाणे गात रे ।।१२।।

३/५/२००६

सखीस (राग - मिश्र गारा)

वासनांच्या चंद्ररानी निःसंग मी झेपावतो
वेदनांच्या सूर्यडोही निर्तप्त मी विसावतो ।।१।।

गातो आशा-आकांक्षांचे सूर बेसूर जनात
वाजे श्रीहरीची वेणु वेळी अवेळी मनात ।।२।।

माझ्या आत्मलीन मना कधी काळोखाची ओढ
कधी रंगात रंगुनी, शुभ्र प्रकाशाचे वेड ।।३।।

धावे मृगजळामागे शोधी माझेच मी रूप
उरी जळता जळता, जळे मारव्याचा धूप ।।४।।

माझी फकिराची स्वार्थी, रिती, वेडी वणवण
तरी तुझे माझ्याठायी का हे आत्मसमर्पण? ।।५।।

क्षणोक्षणी, मनोमनी जळतेस ज्योतीपरी
मिळविण्या अधिकार माझ्या अणुरेणुवरी ।।६।।

सरितेच्या जलौघाने होतो सागर साकार
तुझ्या भावसिंचनाने माझ्या संघर्षा आकार ।।७।।

दिग्गजांच्या खांबावरी पृथ्वी पेलते आकाश।
तुझ्या दृढ श्रद्धेवरी माझा कर्तृत्व आभास ।।८।।

माझे सौभाग्य हे थोर, सखी तुझी मला साथ
माझ्या ललाटी रेखती, तुझे कुंकू माझे हात ।।९।।

पुन्हा वाजू दे सनई, पुन्हा झडू दे चौघडा।
मीलनाच्या क्षणी नव्या, प्रीती प्राजक्तांचा सडा ।।१०।।

हवा नवा सारीपाट, नव्या सोंगट्या मांडू या।
जन्मांतरीचा हा डाव पूर्णार्थाने ग खेळू या ।।११।।

शक्ती, रूप, बुद्धी भेद आता सरला सरला
तुला वरुनि सखी ग, माझा मीपणा हरला ।।१२।।

आता नवी सारी सृष्टी, वासनेला नवी दृष्टी
स्वरातीत, स्पर्शातीत गूढ चांदण्याची वृष्टी ।।१३।।

सखि, भंगले भंगले विकारात्म देह अंग
आता रंगेल रंगेल तुझ्या अरूपाशी संग ।।१४।।

४/३/१९९१

मधुरा-भक्ती (राग - चारुकेशी)

निळ्या नभातिल निळ्या घनांच्या निळाईत मी न्हातो
नीलवदन मनमोहन कृष्णासवे गीत मी गातो ।।धृ.।।

जळात फुलल्या निळ्या कमलिनी, निळे थवे भ्रमरांचे
गुंजारव तिमिरावरि रेखिति निळे दूत समिराचे ।।१।।

निळ्या कदंबावरी त्यागिली, मनगोपींची वसने
लाज सांडिता निळी जाहली आरसपानी वदने ।।२।।

चंद्र उगवला निळा, घेउनी निळ्या चांदण्या, राती
निळ्या प्रकाशी विहरत गोपी हात घेउनी हाती ।।३।।

सखा निळा अन् निळ्या साजणी, निळी जाहली सृष्टी
द्रष्टा, दर्शन निळे निळे अन् निळी जाहली दृष्टी ।।४।।

आसक्तीविण सौंदर्याची अद्‌भुत ही अनुरक्ती
अशरिर मंगल प्रणयक्रिडेची निगूढ मधुराभक्ती ।।५।।

विवस्त्र होउनी जळी उतरल्या मनातल्या तनगोपी
निळ्या जळी डुंबुनी रंगल्या नीलपरींपरी गोपी ।।६।।

गोपींच्या लावण्यलिला, चिद्‌शक्ती विलासरूपे
कृष्ण मनातिल पहात होता, स्वत:चीच अपरूपे ।।७।।

निळ्या जळी मग रास रंगता गोपि कृष्णमय होती
निळ्या प्रकाशी गोपी नुरता, निळ्या निळ्या त्या ज्योती ।।८।।

६/१/२०१८

खेळिया (राग - तोडी)

संपण्याची वेळ झाली, खेळिया खेळू नको
खेळ नसणे हाहि असतो खेळ, तू विसरू नको ।।धृ.।।

गारुडी तू, साप मी, तू डोलवीले, डोललो
तू मदाऱ्या नाचवीले, मर्कटासम नाचलो
मर्जी असो अथवा नसो, मी खेळलो, थकवू नको ।।१।।

तू झुल्यावर झुलविले, मी घसरणीवर घसरलो
आकाशवेधी उंच झोके घेउनी मी बहरलो
पाळण्यातुन उतरु दे, आणी पुन्हा बसवू नको ।।२।।

झेलले मी उधळलेले वासनांचे रंग तू
पाजुनी मज भांग गर्वाची, नशा केलीस तू
रस हि सरला, रग हि जिरली, रंग तू उडवू नको ।।३।।

माझेच मीच तपासले, पंचेंद्रियांचे दाखले
टाकीत गेलो पान मी, तू हुकुम हाती राखले
एकतर्फी डाव जिंकुन, मन तुझे रिझवू नको ।।४।।

नित्य चकवा देत आले मयसभेतिल आरसे
श्राद्ध माझे जेवुनी, माझे करावे बारसे
लपवुनी माझाच चेहरा, घास तू भरवू नको ।।५।।

कर्तरी म्हणुनी करावे, कर्मणी तू करविले
जे हवे होते तुला, ते ते मला तू घडविले
स्वरूप दे आता तरी, आणि पुन्हा बदलू नको ।।६।।

धन्य झालो, तृप्त झालो, पाहुनी जत्रा तुझी
मतलबी इथली दुकाने, मतलबी माझाच मी
जाउ दे अपुल्या घरी, आणी पुन्हा भुलवू नको ।।७।।

१५/१२/१९९७

नदीच्या किनारी (राग - यमन)

नदीच्या किनारी रित्या सांजवेळी
अशा दाटल्या ह्या निळ्या सावल्या
जणू दु:खराशी युगां अन्तरीच्या
दिशा आसमंतातुनी सांडल्या।।१।।

हले दु:ख पानांवरी पिंपळाच्या
झुले तेचि पक्ष्यांत पानांवरी
दिसे बिंब पाण्यात तेजोनिधीचे
भिजे दु:ख अर्घ्यात हातावरी।।२।।

करुणार्द्र डोळ्यात औदुंबराच्या
नदीच्या मनाचे मुके सांगणे
जणू कुंति प्रार्थे पुरुषोत्तमाला
निळ्या वेदनेचेचि दे मागणे।।३।।

मनाच्या तळाशी निळे दु:ख जागे
जळाच्या मनाची जणू स्पंदने
अनादी तमाच्या निळ्या वेदनेची
अनामीक आकंठ आवर्तने।।४।।

परिपृक्त झालो असा वेदनेने
परीपूर्ण झालो अता दु:ख मी,
पुरे भाग्य आता अशा जाणिवांचे
जगू दे मला, आर्त नेणीव मी।।५।।

पदस्पर्श होवो तुझा रे अनंता
निळ्या संचिताची शिळा भंगु दे
नवे ओज दे रे, नवे तेज दे रे
अरूपी, स्वरूपी मला रंगु दे।।६।।

१८/५/२०१८

अर्घ्य (राग - पूर्वी)

राख तुझी माथी, अस्थि तुझ्या हाती
सागराच्या काठी, आज उभा ।।१।।

रोरावला वारा, कोसळल्या धारा
वाळूचा किनारा, झोकांडतो ।।२।।

सैरभैर झाली भावनांची तार
क्षितिजाच्या पार कलंडली ।।३।।

लाटांवरी लाटा, स्मृतींच्या ग गाथा
राखेवरी आता तरंगती ।।४।।

देहातुनी गेली नि:शब्द चेतना
विश्रब्ध वेदना शांताकार ।।५।।

पाण्यात कलश, ओंजळीत पाणी
मनात विराणी, आई तुझी ।।६।।

क्षमा कर माझ्या प्रमादांना आज
सागराची गाज आक्रंदते ।।७।।

सागरात डोळे, डोळ्यात सागर
मायेची घागर, हरपली ।।८।।

अस्थिंना चुंबिता झालो पुन्हा तान्हा
शेवटचा पान्हा, चोखे मन ।।९।।

जल अभिषेक जलमंदिरात
शून्याचा निनाद अंतर्यामी ।।१०।।

गर्भालय गेले महागर्भालयी
गर्भ अर्घ्य देई सृजनाला ।।११।।

१४/११/१९९२

बहाणे (राग - भूप)

जगण्याचे बहाणे किती शोधले रे
शहाणा बहाणा ना भेटला
मृत्यूस आलिंगन का न द्यावे?
तसाही दिवाणा ना भेटला ।।धृ।।

कितीदा जुळवल्या तारा मनाच्या
ना चेतनेचा स्वर गवसला
कितीदा ठरविले की बेसूर व्हावे
स्वरांशी विसंवाद ना करवला ।।१।।

बेभान प्रेमास फुलवीत जावे
असा हृत्सखा ना कधी बरसला
वणव्यात आयुष्य जाळीत जावे
असा प्राणवैरी हि ना बिलगला ।।२।।

नक्षत्रगर्भी दु:खांस लपवी
अशी काजळी रात्र नव्हती कुठे
जळत्या मनाच्या प्रकाशास प्रसवी
असा सूर्य विश्वात नसतो कुठे ।।३।।

आयुष्य दिधले, दिली प्रश्नकोडी
तुझ्या मर्जिची नव नवल उत्तरे
कितीही प्रयत्नांति बक्षीस आम्हां
नव्या वेदनांची नवी अत्तरे ।।४।।

'सीदन्ति गात्राणि' आम्ही म्हणावे
घेऊनि थकलेलि, जखमी मने
पराभूत हाती भिकेचे कटोरे
तुझ्या आरतीचे दिवे लावणे ।।५।।

अबलांस हरवून छळतोस जेत्या
सर्वेश्वरा, ह्यात कसली मजा?
तुझ्या नित्य लीला अशा पाहुनीया
कशी सांग बांधू तुझी रे पुजा? ।।६।।

तुझी प्रश्नकोडी, तुझ्या दुःखमाला
तुला अर्पितो रे तुझी संपदा
कृपातीर्थ शिंपूनि अबलांस बल दे
वीर्यास साफल्य येवो सदा ।।७।।

तुझ्या रे कृपेचा नवा हा बहाणा
उखाणा तुझा नित्य घेइन मनी
अलक्ष्याचि यात्रा सुरू झालि आता
माझीच मी पेटवीतो धुनि ।।८।।

२८/९/१९९७

मी ठिणगी कुठून आणू?

या चित्रविचित्र रंगाच्या दुनियेत
बेरंग जीवन जगणाऱ्या आम्हाला
आस आहे अध्रुवाची.
प्रयोजन न उमजता जन्माचे
कनक, कांचन गोळा करीत
फेकतो प्रभा ऐश्वर्याची
आदित्याचे चिरंजीवी तेज आम्हाला कसे लाभणार?
वासनेची पुंगी वाजताच
मांसाच्या फणा उभारुन
झेपावणारे आम्ही नाग!
मांसावर मांस घासून
वाढवतो ज्यायोगे तपमान
ती तर असते केवळ भोगांची आग.
पण म्हणून कृष्णवर्त्माचे पावित्र्य आमच्या अंगी कुठून येणार?
दोन क्षुद्र गारगोटयासुद्धा
पाडू शकतात- घर्षणाने
एखादी ठिणगी.
पण त्याहूनही गार पडलेले आमचे आत्मे
कधीच का देऊ शकणार नाहीत
एखादा स्फुल्लिंग?
माणसातला सूर्य पहायचाय मला
पण मी माणूस कुठे शोधू?
बर्फाच्या या कलेवरांना भडाग्नि द्यायचाय मला
पण मी ठिणगी कुठून आणू?
मी ठिणगी कुठून आणू?

२८/६/१९७३

त्यांना कसे कळावे? (राग - देसकार)

आभाळ पांघरोनी ग्रीष्मातल्या दुपारी
मी शोधितो मला, हे, त्यांना कसे कळावे? ।।१।।

साऱ्याच जीवनाचे हे द्यूत मांडिले मी
फासे कसे हि पडु दे, बेहोष मी जगावे ।।२।।

मी सिद्ध बेगुमानी, मी मत्त बेलगामी
अमुचे लगाम धरणे कोणा कसे जमावे? ।।३।।

ज्वालांस झोंबणाऱ्या माझ्या विराट वाटा
ज्यां सूर्यभोग भाळी त्यांनी सवे चलावे ।।४।।

६/८/१९९६

कवीची आरती (राग - दरबारी कानडा)

बोरीच्या भगवन्त पुत्रा कविवरा तव आरती
शारदावरदात्मजा श्री कविवरा तव आरती ।।धृ.।।

फुलविला शब्दांतुनी तू रूपवन्ती सोहळा
झुलविली रे रासलीला, कृष्ण, गोपी गोकुळा
लययोगि तू, रसभोगि तू, चैतन्यडिंडिम वाजती ।।१।।

प्रतिभा तुझी नक्षत्रगर्भी, नादगर्भी चित्कळा
आत्म प्रस्फुट शब्दि तुझिया रुंजती स्वरमेखला
हास्य-लास्य महोत्सवी लावण्यलीला नाचती ।।२।।

कैवल्यवर्णी भाव लेई शितलघन चंद्र:कळा
उन्मेषउर्मी प्रसविती नवरसमयी शब्द:कळा
काव्ये तुझी आनंद - सूक्ते, दशदिशांतुनि हासती ।।३।।

शारदावरदात्मजा..... श्री कविवरा तव आरती।।

काव्य प्रतिभे, कवन वर दे
रदविश्रब्धे, शब्द रद दे
चित्रप्रतिभे, रंग शर दे
रसप्रसविणी, सरस रस दे
आत्मप्रतिभे, सघन स्वर दे
कैवल्यरवदे, स्फुरण रव दे
सृजनवरदे, सृजन वर दे
चैतन्यसुभगे, प्रणव लय दे
आनंदजनने, जनन लय दे
वाग्विलासिनी, प्रकट लय दे
प्रज्ञा जयांची जागते, जगती तयांना प्रार्थिती ।।४।।
शारदावरदात्मजा श्री कविवरा तव आरती ।।

२९/१२/२००९

उन्मनी (राग - अहिरभैरव)

आकाशी टांगुनी
अश्वत्थाची मुळे
निर्मितीचे डोळे
चालला उन्मनी ।।१।।

सागराच्या काठी
बैसून एकटा
अनंताच्या लाटा
ऐकतो उन्मनी ।।२।।

संन्यासाची मुद्रा
कर्माच्या ललाटी
निराकारा पाठी
धावला उन्मनी ।।३।।

आकाशाची झेप
क्षितिजापर्यंत
उमजोनी अंत
हासला उन्मनी ।।४।।

हासले, नाचले,
मोरांचे ते थवे
निळ्या घनासवे
उडला उन्मनी ।।५।।

२१/१२/१९९७

मृगजळ (राग - मारवा)

मंदावल्या दिशा ह्या, तारे उदास होते,
जे मानले खरे ते, सारेच भास होते ।।धृ.।।

हे सोयरे, सखे नी आप्तेष्ट, ओळखीचे
अपुल्याच स्वार्थतेने, ते आसपास होते ।।१।।

कर्तव्य, कीर्ति, प्रीती, प्राप्तव्य या जिण्याचे
जे सहज मानिले मी, सारे प्रयास होते ।।२।।

जी पाहिली मी स्वप्ने, कांक्षा, अदम्य आशा
चक्रव्यात हिंडण्याचे माझेच ध्यास होते ।।३।।

प्यालो तृषार्ततेने ही मृगजळाचि माया
पूर्णत्व शोधिले जे, शून्यात खास होते ।।४।।

प्रतिबिंब या जगाचे, मी मानले स्वरूप
मायावि आरशांचे सारेच दास होते ।।५।।

डोहात सांडलेल्या निष्पर्ण वृक्ष छाया
घरट्याविना मनाचे पक्षी अपाश होते ।।६।।

केली अशी कशी ही माझीच वंचना मी?
हे हुंदके नभाचे, माझेच श्वास होते ।।७।।

२१/३/२०१३

सभागी मी! (राग - तोडी)

सभागि मी, सुधीर मी, अनादि मी, अनंत मी
विफलतेस रडविण्या साधनेत दंग मी ।।धृ।।

रुमझुमली पैंजणे नादातच गुंग मी
गुणगुणता गायने शब्दांतच धुंद मी
नशेत त्याच चालता भान मज न राहिले
भैरवीत आज काळभैरवास पाहिले
गीत संपले परी अजुनी तालांत मी ।।१।।

कर्तृत्वस्वप्न मानसी, उभा अंगणात मी
तिमिरतरू तोडित तेजोफुलात न्हात मी
स्वप्नांचा भंग करित तारे परि निखळले
पतनाच्या घर्षणात नभ माझे पेटले
आग आज शमवितो, होउनी समीर मी ।।२।।

सागरास आचवीन होउनी अगस्ति मी
यमालाहि लाजवीन होउनी दधीचि मी
दंभ आज खंगता मेघ ही कडाडले
क्रुध्द होत आसवांनि अगस्तीस प्राशिले
स्वत्व जरी वितळले तरिही अंगार मी ।।३।।

अपमानित जीवनी रंगतो मनस्वि मी
अनृत संजीवनी शोधितो तपस्वि मी
शापित कर्तव्यच्यूत संभ्रमी व्रतस्थ मी
दैवजीत, देवभीत माझ्यातच मस्त मी
ध्येयसूर्य विझवुनी अंतरी प्रकाश मी ।।४।।

१/६/१९७२

माझी लाडकी शाळा (राग - मांड)

ही ज्ञानमयी, विज्ञानमयी, आनंदजननि शाळा
आम्हि शाळेचे, शाळा आमुची, ही माझि लाडकी शाळा ।।धृ.।।

विज्ञानाच्या नव आकाशी, अवकाशयान मी बनतो
इतिहासाच्या तेजोवलयी, मी स्वत:स शोधित बसतो
मन-बुद्धीच्या परिशुध्दीचे, देऊळ असे शाळा ।।१।।

गणिताचे सोडविता उत्तर, मी उडी मारुनी हसतो
भूगोलाच्या डोंगर-नद्यांत नि जंगलात मी फिरतो
नवदिशामयी, नवउषामयी, नवतेजदर्शि शाळा ।।२।।

कधि गाणे म्हणतो सुरांसवे, कधि शब्दांशी कुजबजतो
कधि परीकथा अन् कवितांमधुनी चंद्र होउनी झुलतो
ह्या वाऱ्याची, ह्या ताऱ्यांची, ही चांदणस्पर्शी शाळा ।।३।।

कधि खेळ खेळतांना रमतो, कधि धडपडतो, कधि रडतो
कधि मुक्त मनाने हसताना, मी पतंग होउनि उडतो
नित तृप्तीची, नव-मुक्तीची, उन्मेषदायिनी शाळा ।।४।।

कधि सवंगड्यांसह सहलीला, फुलपाखरु बनुनी डुलतो
कधि मोरासम जणु नाचत-नाचत, पावसात मी फुलतो
नवरंगांची, नवसंगांची, चैतन्यदायिनी शाळा ।।५।।

ही ज्ञानमयी, विज्ञानमयी, आनंदजननि ही शाळा
आम्हि शाळेचे, शाळा आमुची, ही माझि लाडकी शाळा ।।धृ.।।

३०/३/२०१२

हे किशोरी, अल्लड बाले (राग - कामोद)

हे आठवणींचे लेणे
अंगावर मिरवित न्हातो
लकेर तुझिया रूपांची
ओठांवर खिरवित गातो ।।१।।

ते उगीच खुद्‌कन हसणे
ते हळूच लाजत बघणे
अन बटांशि नाजुक खेळत
ते नादावत खुसखुसणे ।।२।।

ते ग्रंथालय, ती शाळा
तव पुस्तकातले डोळे
भिरभिरती, अवचित अलगद
नजरेने मग मज टिपणे ।।३।।

ती चाल तुझी सळसळती
जणु अश्वत्थाची काया
पापण्यांचि तव लवलव ती
जणु प्रकाश धरितो छाया ।।४।।

वक्षावरती रतिलेणे
तू अचंबुनी मिरवीसी
निष्पाप, निरागस यौवन
तू आसमंति दरवळसी ।।५।।

ऋतुस्नात तुझ्या देहात
ती सळसळती चंचलता
हिंदोळत अवनीवरती
ती मदनगंधि कोमलता ।।६।।

तव प्रीती होती मजवरी
की शोध स्वयंलुब्धेचा
की स्वयंभु अवकाशात
उल्हास सृजनमुग्धेचा ।।७।।

कवडसे तुझ्या रूपांचे
हे अवचित उधळित आले
दर्पणात जननान्तरिच्या
मम चित्ता उजळित गेले ।।८।।

हे किशोरी, अल्लड बाले
ते रूप तुझे अम्लान
कुसुमित तनुठायी फुललेले
जणु सृजनाचे वरदान ।।९।।

युगयुगांतरी तू गौरी
मी फक्त साक्षि शिवरूप
तू विस्मयि, विभ्रमि शक्ती
मम स्वरात तू अपरूप

२४/२/२०१४

अलख निरंजन!

आज आहे अमृतमहोत्सव,
एका सुफी फकीराचा.
स्वामींचा अभंग नामटिळा, आपल्या ललाटावर अखंड धारण केलेल्या,
एका अमीर-ए-जिंदगीचा.
आज मावळता भगवा सूर्य,
अंथरतोय केशरी किरमिजी रंगाच्या किरणांचा गालिचा,
तुझ्या विरागी वृत्तीच्या सन्मानासाठी.
पौर्णिमेचा उत्फुल्ल चंद्र, घेउन आलाय आज
कैवल्य चांदण्यांच्या ज्योतींनी तेवणारी आरती,
तुझ्या स्वयंप्रकाशित जीवननिष्ठेला ओवाळण्यासाठी.
जलकुंभ घेऊन आभाळात केलीय निळ्या, जांभळ्या मेघांनी दाटी,
संसार कर्दमात राहूनही,
कमळासारख्या निर्लेप, निर्मळ असलेल्या तुझ्या मंगल पावलांच्या पूजनासाठी.
अचपळ वारा घेउन आलाय आज, चैतन्याचा धूप
तुझ्या कृतार्थ जीवनाचा सुगंध, आसमंतात दरवळण्यासाठी.
अक्कलकोट स्वामींच्या मठातील घंटांचे नाद घेऊन आले आहेत आज,
तुझ्यासाठी स्वामींचे कृपाशीर्वाद,
आणि त्यांच्या निनादांनी दुमदुमताहेत मंगलमय दाही दिशा,
आज फक्त आणि फक्त तुझ्या अभीष्टचिंतनासाठी.

तसे पाहिले–
तर तू आमच्यातलाच होउन राहिलास,
दिसायला आणि वागायलाही आमच्या सारखाच सामान्य.
पण अनेक वर्षांनी लक्षात आले की, तू आमच्यासारखा नव्हतास,
पण कदाचित आमच्यातही नव्हतास.
लोकांतातही तू एकांतातच होतास,
गात होती तुझ्या वृत्तीतिल निवृत्ती,
अष्टौप्रहर एकच विराणी
'थांबलो जिथे, तिथे मी गुंतलो नाही
गुंतलो जिथे, तिथे मी थांबलो नाही.'
संवाद, संभाषण नेहमीच हसत मुखाने करीत होतास सगळ्यांशी,

पण तो होता, तुझ्या आत्ममग्न एकांताचा आविष्कार.
अर्थात, हे समजायलाच आम्हाला, खूप वर्षे जावी लागली.
आमच्या सामान्य बुद्धीने, भावनांनी, समजांनी, गैरसमजांनी
आणि भ्रमांनी आम्ही तयार केली होती,
स्वत:चीच मोजमापे.
तुझ्या अलौकिक व्यक्तिमत्त्वाला बेतण्यासाठी, तोलण्यासाठी आणि मोजण्यासाठी.
पण तू मात्र जगलास आयुष्यभर, तुझ्या महत्तम ब्रीदासाठी
'मार्गाधारे वर्तावे, विश्व अवघे मोहोरे लावावे
अलौकिक न व्हावे लोकांप्रति.'
येत राहिले माझ्यासारखे लोक तुझ्याकडे गेली अनेक तपे,
तुझ्या ज्योतिष शास्त्रातल्या तज्ज्ञतेची आणि तुझ्यावरील स्वामीकृपेची कीर्ति ऐकून.
मांडत राहिलो आम्ही तुझ्यासमोर,
आमच्या क्षुद्र भौतिक सुखदु:खांच्या कथा आणि व्यथा,
आणि मागत राहिलो तुझ्याकडे,
आमच्या क्षुद्र संकटांवरचे उपाय आणि तोडगे.
न कंटाळता, न रागावता, न चिडता,
तूही हसतमुखाने आम्हाला मार्गदर्शन करीत राहिलास अविरत,
आमच्या त्रिविध तापांसाठी.
आम्ही काहीच नाही दिले तुला,
तुलाही अपेक्षा नव्हतीच कुणाकडूनच, कशाचीच.
सहज करु शकला असतास तू मठ स्वामींच्या नावाने,
आणि भजन, पूजन, आरत्यांच्या नावाने जोडूही शकला असतास भरपूर माया,
पण- 'महंते महंतपण करावे, उठोनी जावे एकाएकी'
हे प्रत्यक्षात आचरुन दाखवणारा महंत होतास तू.
दुसऱ्याच्या कर्मात हात घालण्याची सिद्धीही होती तुझ्याकडे,
तुझ्या अध्यात्म साधनेतून आणि स्वामीकृपेतून साध्य झालेली.
पण चुकुनही तिचा दुरुपयोग तर सोडाच, पण उपयोगही कधी केला नाहीस तू.
शक्ती होती तुझ्याकडे चमत्कार घडविण्याची,
पण चमत्कारावर विश्वास ठेवायला लोकांना शिकवले नाहीस तू.
औषधोपचार करीत होता, तुझ्यातील वैद्यराज, चित्रविचित्र भवरोगांवर,
तुझ्याकडे येणाऱ्या दु:खितांच्या, पीडितांच्या आणि व्याधीग्रस्तांच्या.
शिकवीत होतास सगळ्यांनाच, एक अभिनव प्रयत्नवाद, आशावाद आणि प्रकाशवाद.
आणि त्याचवेळी, त्यांच्याही नकळत,

त्यांच्या मनांत रुजवीत होतास समाधानाचे बीज.
‘यदृच्छेत विलीन व्हावी तुमची स्वेच्छा’
हा समाधानाचा मूलमंत्र सदैव गुणगुणत राहिलास तू.
“माळीया जेऊ ते नेले, तेऊ ते निवांतची गेले,
जैसे या पाणिया केले, तैसे होवावेजी।।”
हे जीवनाचे अमृतमूल्य, स्वतःच्याच जीवनात आचरुन दाखवलेस तू.
पण आम्ही असे करंटे, की सहवासात राहून इतक्या वर्षांच्या तुझ्या,
समजली आणि रुजलीही नाही,
तुझ्याच व्यक्तिमत्त्वाची, तुझ्या जीवनाची थोरवी,
आमच्या ओसाड मनात.
आम्ही नेहमीच मागत राहिलो तुझ्याकडे, एखाद्या भिकाऱ्यासारखे,
काहीतरी उपाय, सल्ले, तोडगे, मार्गदर्शन, मदत,
आम्हाला हव्या हव्याश्या वाटणाऱ्या पैशांसाठी, सत्तेसाठी,
कीर्तिसाठी आणि कौटुंबिक सुखासाठी.
कधी शिवलाच नाही विचार आमच्या नतद्रष्ट बुद्धीला,
की मागावा तुझा आधार, अध्यात्म साधनेची वाट चोखाळण्यासाठी.
पण तरीही शिकवीत राहिलास तू नेहमीच,
प्रत्येकाला त्याच्या त्याच्या कुवती नुसार, अध्यात्म जीवनाची अमृतगाथा.
कधी रसाळ गोष्टींनी, वेल्हाळ किश्यांनी, तर कधी गाण्यांनी, शेरोशायरींनी,
अभंगांनी आणि ओव्यांनी.
दिपून जायचो आम्ही, तुझ्या प्रखर बुद्धिमत्तेने, स्मरणशक्तीने
आणि व्यक्तिमत्त्वातील विलक्षण तेजाने.
तुझ्या तेजस्वी, विचार प्रवाहाच्या झंझावातात,
इतकी वर्षे राहुनही, आणि न्हाहुनही आम्ही कोरडेच राहिलो,
नर्मदेच्या गोट्यांसारखे गुळगुळीत आणि मुळमुळीत.
पण तरीही आज आठवतात.....,
तुझ्या सहवासात तू दिलेले अनेक दिव्यक्षण,
काव्य-शास्त्र- विनोदात रंगलेल्या तुझ्या सहवासातल्या अनेक रात्री,
जीवनाच्या विविध अंगांना हळुवार स्पर्श करीत,
त्या मागचे मूलभूत सत्य, एका अवर्णनीय दार्शनिक भाषेत सांगायचास तू.
मग शब्दांना चढायचे एक तेज,
सत्याच्या पृष्टयर्थ तू मांडत असलेल्या दृष्टांतांना आणि दाखल्यांना
लाभायचे एक अवर्णनीय रुप.

हरपून जायचे स्थल कालाचे भान, निमिषार्धात होणाऱ्या त्या सत्याच्या प्रकाश दर्शनाने.
व्याकूळ व्हायचे हृदय, दाटून यायची हृदयात एक आर्द्र करुणा,
आणि भरुन यायचे डोळे अकारण आसवांनी.
रोमांचित व्हायचे संपूर्ण शरीर, एका निष्पाप, निर्व्याज, शुद्ध-आनंदाच्या उर्मीने.
फुलवलीस तू आमच्या हृदयात, तेजाच्या ठिणग्यांची फुले,
आणि रुजवलेस अंकुर एका अभिनव जीवन दृष्टीचे,
आमच्या नापीक बेरड मनाच्या जमिनीत.
तुझे हे उपकार कसे फेडू?
साठवले आहेत तू दिलेले असे अनेक दिव्य क्षण, देवक्षण, अमृतक्षण,
माझ्या हृदयाच्या अमृतकुंभात खोल खोल आत.
जागृत झाले आहेत आज तेच दिव्य क्षण, तू दिलेले
आणि चेतविल्या आहेत त्यांनीच माझ्या अंत:करणात
कृतज्ञतेच्या सहस्त्रज्योती, तुझ्यासाठी, फक्त तुझ्यासाठी.
त्याच तेजाच्या तृप्ततेतून तरळत आहेत दोन अश्रु माझ्या पापण्यांवर,
शुभेच्छांचा महासागर घेऊन, तुझ्यासाठी.
त्या तृप्त प्रसन्न लाटांची गाज आज गात आहे,
हे फकिरा,
तुझी अलख निरंजनी यात्रा शतायुषी होवो..., शतायुषी होवो..., शतायुषी होवो.

२६/२/२०१४

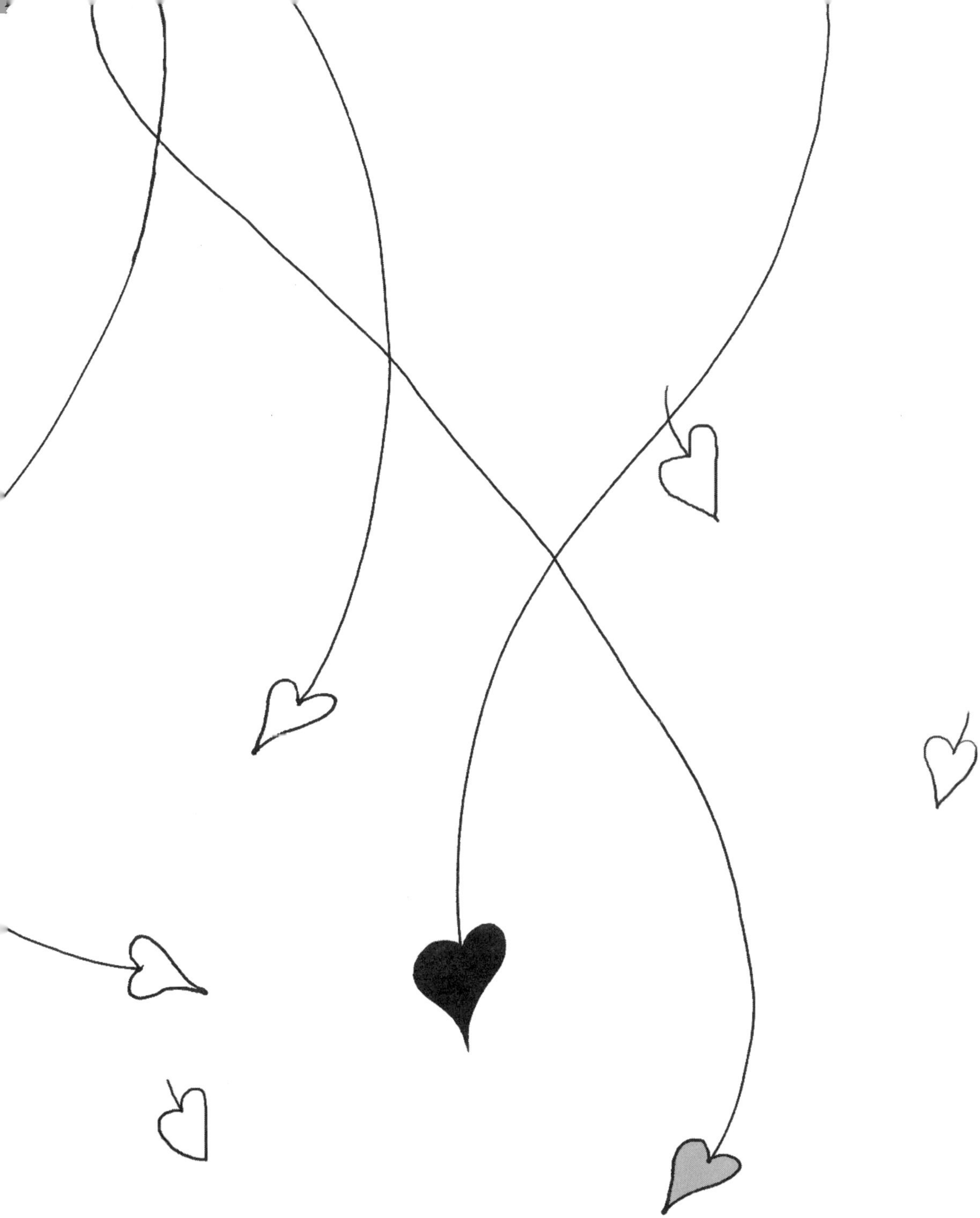

एखाद्याचे भाग्य (राग - भूपेश्वरी)

एखाद्याचे भाग्य असे की तारांगण ही फसते,
आजन्मचि सगळ्या ताऱ्यांना सदैव ग्रहणचि असते ।।धृ.।।

ब्राह्मण पठती विवाहसमयी, अंत्येष्टीची रचिते
मंगळ वागे असा अमंगळ, वेदी स्मशान बनते ।।१।।

हिरवे टाकुन, भगवे लेउन बुध बुद्धिपण सजते
राजयोगिपण विवस्त्र होऊनि बीभत्स रस आकळते ।।२।।

शृंगाराच्या शेजेवरती शुक्रचांदणी डसते
अर्जुन कुठला, कृष्णसखा ही, बृहन्नडा मग बनते ।।३।।

वणवा बनते ज्योत निरांजनी, मूर्ति राखमय उरते
गुरु घेतो रे रोज परीक्षा, यशहि कलंकित ठरते ।।४।।

स्वानंदाची रोज चिता, विपदांची काष्ठे रचिते
धूमकेतुसम रोज रोज हे अवचित, अघटित घडते ।।५।।

राहुकेतुची प्रीत एवढी एखाद्यावर जडते
प्राण-प्रतिष्ठा धुळीस मिळवुन असे जिणे मग सडते ।।६।।

शनिच्या हस्ते कल्पद्रुमाला ऐसे सिंचन घडते
चोथा करुनहि रस न मिळावा, असे कर्मफळ धरते ।।७।।

अपमानाच्या स्मरणक्षणांचे मनी चांदणे फुलते
पूनवराती, चंद्रप्रकाशी झुळुक अग्निची जळते ।।८।।

सूर्याचे हे तेज असे, जे तिमिरालाची भजते
रथ-अश्वांच्या टाचांखाली, जगणे चिरडुन सरते ।।९।।

क्षमा करावी ग्रहताऱ्यांना, त्यांचेही जग असते
रवि चंद्रांचा जो निर्माता, त्याचेही कधि चुकते ।।१०।।

१३/१२/१९९७

माझ्याकडे माझे असे (राग- जनसंमोहिनी)

माझ्याकडे माझे असे आहे किती? नाही किती?
तारांगणे विझल्यावरी आकाश हे उरते किती? ।।धृ.।।

गळ्यातले दावे तुझे, गोठा तुझा, चारा तुझा
धून मुरलीची तुझी, रानातला वारा तुझा
वासराला पाजणाऱ्या गाईचा पान्हा किती? ।।१।।

पाने, फळे, पुष्पे तुझी घरट्यातुनी मी जमवली
पंचप्राणांच्या प्रभेने ही पुजा मी सजवली
पालवीता ज्योत तू, माझ्या शवाची आरती ।।२।।

शक्ति-युक्ती-रूप-बुद्धी तू दिल्या संवेदना
श्वास ही माझा तुझा, माझीच का मग वेदना?
सौभाग्य जर नव्हतेच माझे, का वृथा जाऊ सती? ।।३।।

सांडुनी सगळ्या उपाध्या, मी रित्या मेघापरी
'नेति' चा जल्लोष का तारांविना वाद्यावरी ?
नेणिवेच्या जाणिवेची आर्तता माझी किती? ।।४।।

१५/१२/१९९७

कुसुमाग्रजास (राग - भूप)

हे शब्दप्रभु, वागर्थप्रभु, महाकवे कुसुमाग्रजा
प्रतिभायुता, प्रज्ञायुता, जयोस्तुते कुसुमाग्रजा ।।धृ.।।

निरर्थ जगण्या अर्थ दिधण्या उधळिली उल्काफुले
विलोपली रे विफलता, तू शिंपिता आशाजले
जिजिवीषिता, विजिगीषिता वितरीसि तू उदधी-नभा ।।१।।

अंधार जेव्हां दाटला, तव शब्दची झाले दिवे
अंगार बनुनी पेटले, हे अंतरीचे काजवे
कवनसमिधा चेतवीती आत्मयज्ञाची प्रभा ।।२।।

एक वृक्ष नि दोन पक्षी, जाणिले हृदयातुनी
साक्षि भावे वर्तसी कवनातुनी, जगण्यातुनी
मनुजात रे तू पाहिले त्या ईश्वरी अमरध्वजा ।।३।।

माणसातिल तेज दाविसि सूर्यकोटिसमप्रभ
मातीच्या गर्भातुनी तेजाळिसी अवघे नभ
ओज-वीर्याने उजळिसी वास्तवाची मयसभा ।।४।।

देव, देश नि धर्म ह्यांची लंघुनी सरहद्दता
घोषिसी गीतांतुनी स्वातंत्र्य, समता, बंधुता
विश्वमानव स्वप्न अविचल पाहसी मनुजात्मजा ।।५।।

प्रतिभायुत, प्रज्ञायुता, जयोस्तुते कुसुमाग्रजा,
'जयोस्तुते कुसुमाग्रजा'

२७/०२/२०११

देवतळी

देवळासमोरील तळ्यातला
निळाशार, शांत, स्वच्छ, प्रसन्न जलाशय,
निस्तब्ध, निश्चल, नीरव,
निर्विकार, निर्विचार, निरिच्छ.

पावलांची किंचितही चाहूल लागू न देता
अवकाशाच्या अदृष्य पायऱ्यांवरून
निळे आकाश उतरले आहे, तळ्याच्या पाण्यात.

वारा शांत, प्रशांत, स्थितप्रज्ञ.
हिवाळी हवेत गारठलेला, किंचित गोठलेला.

उदयाचलाच्या दयामय सूर्याची,
कोवळी, निरागस, रेशमी किरणे
पहुडली आहेत निळ्या दुलईवर, निवांतपणे
आपल्या इवल्या इवल्या निष्पाप, हसऱ्या नेत्रांनी
अनिमिषपणे पहात सूर्याकडे.

तळ्यातल्या तरंगशून्य पाण्यात
तरंगतोय एक पांढराशुभ्र, राजस, राजहंस,
सोनेरी उन्हात न्हात, न्हात.
आणि निरखतो आहे निळ्या पाण्यात
आपलेच अलौकिक सुंदर रूप
अविचल, तृप्त नजरेने.

तळ्याच्या ब्रह्मस्थानी स्थिर उभे आहे,
शुभ्र, संगमरवरी तुळशी वृंदावन
एकीकडे, आपल्याच मंजिऱ्यांचा
आसमंत पुलकित करून विरलेला मंद गंध पहात,
आणि दुसरीकडे,
'उर्ध्वमूल अध:शाखं' अशा
नील जलातील आपल्याच प्रतिमेच्या अंतरंगातील
अनाहत नाद ऐकत.

तळ्याकाठचे सन्यस्त माड
ध्यानस्थ बसले आहेत
निळ्या पाण्यात पद्मासन घालून.

आसपासच्या रूखावळी
जमल्या आहेत, नीलजळाच्या देवतळ्यात
आपल्या हिरव्यागर्द पर्णसंभारासह,
आणि गात आहेत,
अपूर्व, दिव्य श्रुतींनी परिपूर्ण असे
सृजनाचे हिरवे, नीरव, मंगल मौनगीत.

वाऱ्याची एक किंचीतशी थंड, मंद झुळूक
उठते न उठते तोच हवेत मिटलेली.

पाण्यावरती मलमली नक्षीचे निळे तरंग
लहरले न लहरले तोच स्वतःत विरलेले.

राजहंसाच्या पांढऱ्याशुभ्र पंखांची सोनेरी फडफड,
ऐकू येते न येते, तोच पारव्या आकाशात खिरलेली.

आणि त्याच अद्‌भुत दैवी क्षणात,
उन्मनी राजहंसाने घेतली,
हिरण्मयी तेजाने झळाळणारी, शुभ्रधवल, नागमोडी, उत्तुंग झेप,
नील तळ्याकडून नील आकाशाकडे.
जणु प्रतिबिंबाची साद, बिंबापर्यंत पोहचविण्यासाठी घेतलेली,
आनंदाची मंगलमय, लावण्यवती लकेर.

देवळासमोरील तळ्यातला
निळाशार, शांत, स्वच्छ, प्रसन्न जलाशय,
निस्तब्ध, निश्चल, नीरव,
निर्विकार, निर्विचार, निरिच्छ.

१५/२/२०१२

रामधून

जागणे, जागणे रित्या काळोखात
दृष्टी दिगंतात, गर्भहीन ।।१।।

चालणे, चालणे अतृप्तीच्या वाटा
वांझोट्या, विधवा, माजलेल्या ।।२।।

हासणे, हासणे, ललाटीच्या भोगा
सूर्याच्या संभोगा, काजव्यांशी ।।३।।

नाचणे, नाचणे षंढ रास-लीला
नागड्या कान्ह्याला गोपी छेडे ।।४।।

पेटणे, पेटणे अनंगाची झिंग
हातामध्ये लिंग वीर्यहीन ।।५।।

पहाणे, पहाणे लीला महाद्वारी
योनि द्विजा करी गिळंकृत ।।६।।

शोधणे, शोधणे मठ जोगड्यांचे
खच्ची पौरुष्याचे समारंभ ।।७।।

मागणे, मागणे चामड्यांची छिद्रे
होवो वेडेविद्रे आत्मरुप ।।८।।

रडणे, रडणे घुमे पारव्याचे
बिंब आयुष्याचे फोडवेना ।।९।।

ओढणे, ओढणे आयुष्याची माळ
अश्वत्थाची नाळ तोडवेना ।।१०।।

थकणे, थकणे, व्यर्थ बुभुत्कार
साधा बलात्कार करवेना ।।११।।

मरणे, मरणे रोजचे जगणे
हिजड्यांचे गाणे रामधून ।।१२।।

६/९/१९९६

निर्मिती (राग: गोरख कल्याण)

स्रोतात उर्मिच्या कैसे हे दिगंबराचे न्हाणे
मी तुझ्यात विरुनी जाणे, मी मलाच विसरुनि जाणे ।।धृ.।।

कालिया डोलला जेव्हां यमुनेच्या डोहाळ्याने
तो सूर रंगला होता रक्ताच्या कल्लोळाने ।।१।।

ज्वालामुखि हसला जेव्हां त्या वसुंधरेच्या पोटी
ओंकार उमटला होता नव तृणांकुरांच्या ओठी ।।२।।

वेणांनी व्याकुळ मेघ, वेदनागर्भ उदरात
ये अज्ञाताची साद, अन् रिमझिमली बरसात ।।३।।

अदृष्टाच्या भासांचे फुलले डोळ्यात पिसारे
आयुष्य कुंचला झाले, चित्रांचे नुरति पसारे ।।४।।

आवेग विजेचे ज्यांचे, तो जन्म भारला होता
प्रत्येक शुक्र आकाशी नव सृष्टी निर्मित होता ।।५।।

सुर्योदयि पंखि मनांनी का शोधावी तरु-छाया?
मावळत्या आकाशाला असते पक्ष्यांची माया ।।६।।

वाटावे वाण जगाला, लेऊन सतीचे लेणे
ती चिता कधी पेटावी, हे देवाघरचे देणे ।।७।।

१२/१२/१९९७

रुजवात (राग - बिहाग)

ती रात बहरली रंगांनी
अंगांगांनी, प्रत्यंगांनी
तव मदन कंचुकी ओघळता
तू सजलिस रंभारंगांनी ।।१।।

खजुराहोचे मादक लेणे
अंगात तुझ्या भिनले होते
ते नग्न चांदणे खट्याळसे
देहात तुझ्या रुजले होते ।।२।।

वक्षस्थ उर्वशी लेण्यांना
झाकित होती तव केशकळा
चांदण्यात भिजल्या देहाने
का उजळत होती चंद्रकळा? ।।३।।

ते चित्र-चांदणे हलले अन्
फुलले जग मग गुलमोहरसे
मिटल्या मिठीत वादळ आले
पेटले चांदणे मोहकसे ।।४।।

ते श्वास तुझे, माझे झाले
रंध्रांत उमलली मोरपिसे
ती देहधनू हलली, डुलली
लागले लयीला इंद्रपिसे ।।५।।

स्रोतांचे अद्भुत रस स्फुरले
अन झरे, झरे झरझर झरले
रुधिरात उसळले कारंजे
आनंदाचे घन, घन भरले ।।६।।

वन सळसळले ग वणव्यांनी
घन थरथरले मृद्‌गंधांनी
कोसळता तन-मन-प्रपात तो
क्षण झगमगले नक्षत्रांनी ।।७।।

विझलो जेव्हां आपण दोघे
नव पहाट ग फुलली होती
तव शांत गर्भ देव्हाऱ्यात
चैतन्यज्योत रुजली होती ।।८।।

२४/७/१९९६

स्मशानातील स्वगत... एक कोलाज

तिरडीवर तुझं कलेवर ठेवतांना
मन अचानक उन्मळून पडलं
कळत-नकळत घडलेल्या,
'माझ्या सगळ्या चुका, अपराध, प्रमाद
ह्यांना क्षमा करावी बापा', म्हणत हंबरलं।।

रंगीबेरंगी फुलांनी शृंगारलेल, तुझं प्रेत पाहून वाटलं
की चाळीतल्या दीड खोलीत आयुष्य घालवतांनाही,
सदैव फुलबागेची हौस बाळगणाऱ्या,
तुझी ती हौस आज फिटली असती का रे?
हृदय पुन्हा एकदा उचंबळुन आलं
तुझ्या प्रेतावरच्या फुलांना
अश्रूंचा सडा घालण्यासाठी।।

आणि मग अष्टदिग्गजांसारखे आठ हात पुढे आले
उचललं त्यांनी तुला, तुझ्या तिरडीसकट
आणि तोलून धरलं त्यांनी अवकाशात
एक निश्चेष्ट चैतन्य.
त्या स्वसंवेद्य क्षणी, जाणवलं मला
की जे आजपर्यंत मी गृहीत धरलं होतं
ते माझ्यावर कृपेची आजन्म छाया धरणारं आकाश,
माझ्या माथ्यावरून हरपलं होतं आणि
तेच आकाश आता तिरडीसह तरंगत होतं।।

माझ्या मूलभूत अस्तित्वाला आणि संपूर्ण व्यक्तिमत्त्वाला
आधारभूत, अशी एक पृथ्वी
चार खांद्यांवरून, स्मशानाकडे निघाली होती,
मातीत मिसळून जाण्यासाठी, कायमची।।

स्मशानात, एकीकडे, अंतिम निद्रा घेत पहुडलेला तुझा देह
आणि दुसरीकडे, बाजूलाच

तू विराजमान होण्याची वाट पहात असलेलं
आधीपासून सिद्ध केलेलं
तुझं चितेचं लाकडी सिंहासन.
आप्तेष्टांची मूक उपस्थिती.
ओलेता पंचा नेसलेला, उघड्या अंगाचा मी
आणि अंत्येष्टि संस्काराचे मंत्र म्हणणारा भटजी.
श्रुतिस्मृतिपुराणोक्त फलप्राप्त्यर्थम्
वत्सगोत्रस्य रामदासप्रेतस्य
आचम्य, पुनराचम्य।।
आणि मग मी बापा,
तुझ्याच श्रुतिंची आणि स्मृतिंची आचमनं करत राहिलो।।
भटजीच्या मंत्रपठणात, मला ऐकू येऊ लागला
गंगेच्या खळाळत्या प्रवाहाचा, अविरत नाद,
हरिद्वार-हृषिकेशच्या तुझ्याबरोबरच्या
प्रवासात ऐकलेला.
काळे तीळ तुझ्या पिंडाला समर्पण करता करता
नाचू लागली दृष्टीसमोर
काळ्या शाईत लिहिलेली
मोत्यासारखी सुंदर, सुवाच्य, डौलदार अशी तुझी अक्षरं.

पिंडाला हळद-कुंकू वाहाता वाहाता
मला दिसू लागली तुझी ती करारी तरीही प्रेमळ मूर्ति
शाळेत असतांना, हस्तकला आणि चित्रकलेचा
गृहपाठ पूर्ण करण्यासाठी
रात्रभर जागून, मला मदत करणारी।।

उतरवला गेला, तुझ्या निष्प्राण मूर्तिवरचा
औटघटकेचा फुलांचा शृंगार.
सोडवल्या गेल्या तिरडीच्या आणि तुझ्याही गाठी.
आणला गेला तुझा देह
भूमिशय्येवरून काष्ठशय्येवर.
तिकडे, मातीच्या घड्यात भटजी पाणी भरत होता,
आणि इकडे, आजन्म माझ्यावर वात्सल्याचा वर्षाव
करणारा माझा मेघ चितेवर विश्रब्ध विसावला होता।।

ठेवत होतो, तुपाचे गोळे तुझ्या कलेवरावर
बधीर मनाने
पण तुझ्या मुखात तुपाचा गोळा भरवला मात्र,
तू मला भरवलेला चिऊ-काऊचा पहिला घास
घशात अडकला ना रे बापा.
कुठल्याच गोष्टीसाठी,
तुझ्याकडे कधी हट्ट धरावाच लागला नाही रे.
प्रदर्शित व्हावी माझी आवड किंवा इच्छा
आणि मी न मागताच शांतपणे, ती तू पूर्ण करावीस
असच होत आलं, नाही का रे?
तू आणलेली स्केटिंग्ज, मेंडोलिन, हार्मोनियम,
तानपुरा, रेकॉर्डप्लेयर, सायकल सगळं सगळं मनात घेऊन
आणि हातात दोन पेटलेली लाकडं घेऊन,
मी आता तुझ्या चितेभोवती प्रदक्षिणा घालतोय.
तूच ह्या जगात ज्याला अस्तित्व मिळवून दिलंस,
तोच तुझा मी पुत्र,
माझ्या ह्या हातांनी तुला भडाग्नि देतोय,
तुझ्या देहाचं ह्या जगातील अस्तित्व
नष्ट होण्यासाठी, कायमचं।।

बापा, तसा तू साधा आणि सरळमार्गी.
पण तरीही खूप सोसावं लागलं तुला.
अकस्मात् गेलेली तुझी नोकरी,
मुलांची अर्धवट शिक्षणं, आर्थिक दु:स्थिती,
मग धरलेली एक तुटपुंज्या पगाराची नोकरी
गोव्यातल्या एका दूरस्थ खेड्यात,
जेमतेम उदरनिर्वाह चालण्यापुरती.
अपमान, अवहेलना, अप्रतिष्ठा, दारिद्र्य
सगळं कसं आनंदाने पचवलंस तू.
पण त्यातल्या कशाचीही झळ लागू दिली नाहीस तू मला
धगधगून पेटल्या आहेत आता तुझ्या चितेच्या ज्वाळा
आणि मी इथे भाजून निघतोय मनाने,
तू जे जे सोसलंस, त्याच्या आगीच्या झळीने.

पण तू,
आयुष्यभर मला प्रेमाच्या आणि फक्त प्रेमाच्याच तुषारांनी चिंब भिजवणाऱ्या माझ्या सागरा,
तू मात्र आजही चितेच्या वडवानलात
शांतपणे जळतो आहेस.
भस्म करीत तुझ्या देहाच्या एकेक अवयवाचं
सुरु झाल आहे ज्वाळांचं रौद्रभीषण नर्तन.
आणि खांद्यावर पाण्याने भरलेला मृत्तिका घट घेऊन
सुरु झाल्या आहेत माझ्या प्रदक्षिणा तुझ्या चितेभोवती.

ज्वाळांच्या आणि लाकडांच्याही आरपार
मला दिसत होते तुझे करारी डोळे.
माझ्या बाललीलांचे कौतुक करणारे प्रेमळ डोळे,
जराही बेशिस्त वागल्यास रागावणारे डोळे,
शाळेत पहिला नंबर आल्यावर माझ्याकडे अभिमानाने पाहणारे डोळे,
मी डॉक्टर झाल्यावर माझ्या स्वप्नात सहभागी होणारे डोळे,
पंच्याहत्तरी साजरी झाल्यानंतर,
माझ्या पाठीवर प्रेमाची शाबासकी देणारे, तुझे ते कृतज्ञ आणि स्नेहार्द्र डोळे.

अश्माचा जलकुंभावर हलकासा फटका
कुंभाला पहिलं छिद्र, पहिली प्रदक्षिणा संपली.
कुंभाच्या छिद्रातून पाणी वाहतंय आणि माझ्या आठवणीही.
माझ्या प्रेमविवाहाला आईचा विरोध.
पण तेव्हाही माझ्या बाजूने उभे राहणारे,
तुझे मैत्रीपूर्ण आणि आश्वासक डोळे.
स्वत:च्या जिवंतपणीच देऊन,
मुलांच्या गरजेसाठी, आपलं घर-दार, पैसा-अडका सर्व काही मुलांना,
स्वत: कफल्लक होणारे तुझे वत्सल पण श्रीमंत डोळे.
कुंभावर अश्माचा दुसरा किंचित् आघात. दुसरं छिद्र.
दुसरी प्रदक्षिणा संपली.
आता ज्वाळात दिसताहेत तुझे एकाकी डोळे,
माझी आई गेल्यावर झालेले.
स्मृतिभ्रंश झाल्यावर पाहणारे तुझे ओळखीचे
तरीही अनोळखी डोळे.

आणि शेवटच्या गलितगात्र अवस्थेतील,
तुझे अगतिक, असहाय, करुण डोळे.
अश्माचा तिसरा आघात कुंभावर, तिसरी प्रदक्षिणा संपली.
कवटी फुटल्याचा आवाज.
माझ्या खांद्यावरचा कुंभ जमिनीवर आदळल्याचा आवाज.
कुंभ फुटला. देह ही फिटला.
पक्षी उडून गेला असेल का रे?
कुणास ठाऊक.
पण, माझ्या लहानपणी,
तू मला लाडाने घेऊन दिलेल्या तानपुराच्या तारा,
खाडकन् तुटल्या ना रे बापा।।

आता मुक्त हो माझ्या बापा, मुक्त हो
जे तुटलं त्यातून मुक्त हो आणि
जे जोडलं गेल त्यातूनही मुक्त हो।
जे सोसलं त्यातून मुक्त हो आणि
जे सोसलं नाहीस त्यातूनही मुक्त हो
विकारातून मुक्त हो आणि वैराग्यातूनही मुक्त हो
अज्ञानातून मुक्त हो आणि ज्ञानातूनही मुक्त हो।
द्वैतातून तर मुक्त होच, पण अद्वैतातूनही मुक्त हो।
तू तर झालास आता चिरंतनाचा प्रवासी.
तुझा निरोप घेतो मी बापा.
तुझ्या वंशजाचा, तुझ्या अंशजाचा, तुझ्या वीर्यजाचा,
तुझ्या पुत्राचा तुला हा अखेरचा साष्टांग दंडवत.
तुझ्या चितेची चिमूटभर राख आणि तुझे अनंत आशीर्वाद
ललाटावर मिरवीत,
मी आता स्मशानाबाहेर निघतोय बापा.
माझं उर्वरित आयुष्य आनंदाने आणि चैतन्याने साजरं करायला,
तुझ्याशिवाय पण
तरीही मनाच्या खोल खोल एकाकी कप्प्यात
तुला अलगद साठवीत, शिंपल्यातल्या मोत्यासारखं.

२८/११/२००६

पल्याड (राग - बैरागी भैरव)

निळे शांत पाणी
मनी तृप्त गाणी
विरागी विराणी
जळाच्या पल्याड।।१।।

शुभ्र पत्थरांच्या
पायऱ्यांची वाट
सन्यस्त हा घाट
नदीच्या पल्याड।।२।।

चंदन चांदणे
तरू घनदाट
नागमोडी वाट
घाटाच्या पल्याड।।३।।

वारा झुळझुळे
पाने सळसळे
अश्वत्थ हा झुले
वाटेच्या पल्याड।।४।।

गोपूर विराजे
आकाश प्राकार
मंदिराचे द्वार
अश्वत्था पल्याड।।५।।

घंटांचा निनाद
समईच्या ज्योती
धूपाची आरती
द्वाराच्या पल्याड।।६।।

गाभाऱ्यात उभी
माझीच रे मूर्ती
चैतन्याची स्फूर्ती
माझ्या 'मी' पल्याड।।७।।

२१/८/२०१८

ही मैत्री, प्रीत न्यारी

ही मैत्री, प्रीत न्यारी
भाग्ये मनी वसावी
फुलवीत जीवनाला
गंगेपरी वहावी ।।धृ.।।

दु:खात साथ देते
आनंदि साद देते
अनुबंध मानुनी जी
निर्बंध रे असावी ।।१।।

दुर्दैव सोसतांना
अपघात साहतांना
गतमैत्रीच्या क्षणांनी
विजिगीषु स्फूर्ति यावी ।।२।।

ना कोणत्या अपेक्षा
ना कोणतीही आशा
मौनातली ही भाषा
प्रसवीत अर्थ वाही ।।३।।

एकाकी असुन दोन
दोघात मिळुन एक
समईतली ही ज्योत
स्नेहातुनी फुलावी ।।४।।

नभ मिळे सागराला
घन निळ्या आगराला
ती क्षितिजस्पर्श रेखा
नसूनीहि ती असावी ।।५।।

संगात दंगते ही
रंगात रंगते ही
कमलापरी जलात
निस्संग ही असावी ।।६।।

का? कोणत्या मनांची
जडती ही गूढ नाती?
का पूर्वसंचिताची
गोडी अशी फळावी? ।।७।।

१३/१२/१९९७

भाषा (राग - कलावती)

डोळ्यात दिवे स्वप्नांचे
जे विझुन गेले वाया
काजळल्या आकाशात
का इंद्रधनूची माया? ।।१।।

अंधाराच्या भिंतीत
आशेची चिणली काया
कोकीळ अजुनही का रे
रेखती स्वरांच्या छाया? ।।२।।

झडलेली सारी बोटे
हे रक्तपितीचे हात
फोडेन तरीहि पहाड
का गुर्मी नसांनसांत? ।।३।।

शिवलेले ओठ उदास
दैवाची तात गळ्यात
घेईन तरीहि लकेर
का उर्मी नवी मनात? ।।४।।

आयुष्य निरर्थक गेले
रक्ताचे झाले पाणी
थिजलेल्या वीर्यामध्ये
का शुक्राची नव-गाणी? ।।५।।

का? किती? कशा चालाव्या
ह्या पानगळीच्या वाटा?
का मनास मोह? मिळेल
भाग्याचा वसंत वाटा? ।।६।।

का पुरुषार्थाचे हरणे?
अन् बृहन्नडेसम हसणे
का पुन्हा पुन्हा मरताना
हे पुन्हा पुन्हा मी जगणे? ।।७।।

प्रश्नांची गळकी कौले
शब्दांच्या भ्रमावकाशा
स्वामी, तुमच्या मौनात
जगण्याची कळेल भाषा?।।८।।

३/३/१९९८

प्रार्थनागीत (राग - शंकरा)

जय रामचंद्र सद्‌गुरु भव त्रिविधताप हारा
जयघोष पूर्णपुरुषा करि आसमंत सारा ।।धृ.।।

नास्तिक्य ही विफलता, आस्तिक्य ही प्रभूता
उपासनाचि शक्ती, उपासना सफलता
साकारि ईशमहिमा मनुजात शिल्पकारा ।।१।।

रे निपुण योजकाचे जन-काल उचित कर्म
रे सत्त्वगुण प्रयुक्त प्रवृत्ति हाचि धर्म
तू अद्वितीय कथिला गीतार्थ तत्त्वकारा ।।२।।

संघर्ष हाचि आहे पुरुषार्थ मानवाचा
संघर्ष हाचि आहे आनंद जीवनाचा
संघर्ष हीच मुक्ती, उद्‌घोषि मंत्र न्यारा ।।३।।

तू प्रपंचासि दिधले परमार्थ चित्स्वरूप
तू दाविले गृहस्था पूर्णत्व योगरूप
बुडत्या जनांस दिधला आत्मोन्नती किनारा ।।४।।

ह्या इंद्रधनुषि जगती, अम्लान न्हावयाचे
रंगात रंगुनीही नि:संग व्हावयाचे
तव भुक्ति-मुक्तिदायी पूर्णत्व हा निवारा ।।५।।

त्या सागरास मिळण्या सरिता अखंड धावे
विश्वात्मकास वरणे अंतीम ध्येय व्हावे
तू आत्मभान दाता, सदसद् विवेक तारा ।।६।।

साक्षेप हेचि आहे रहस्य रे यशाचे
साक्षेप हेचि आहे कल्याण जीवनाचे
प्रकाश मनि उजळण्या साक्षेप अंगिकारा ।।७।।

संवेदनांसि बदलुन दुःखास सुख बनवितो
चित्तात वेदनेतुन गाणे नवे फुलवितो
हा पूर्णपुरुष करितो शोकास श्लोककारा ।।८।।

जय रामचंद्र सद्‌गुरु भव त्रिविधतापहारा
जयघोष पूर्णपुरुषा कारि आसमंत सारा..............

१२/८/२०१४

तो दिवस आता दूर नाही

हे मला न दिसणाऱ्या ईश्वरा
माझ्याभोवतीच्या अंध:काराचा भेद करुन
तुझ्या चिरंतन तेजाचा मी शोध घेईन
तो दिवस आता दूर नाही ।।१।।

माझ्या हृदयाला जाळणाऱ्या
गूढ वेदनेला साक्षी ठेवून
तुझ्या डोळ्यात मी अश्रू पाहीन
तो दिवस आता दूर नाही ।।२।।

लौकिकाची वस्त्रे फेकून
महावीरासारखा दिगंबर होउन
तुझ्यासमोर मी उभा ठाकेन
तो दिवस आता दूर नाही ।।३।।

तुझ्या अनंत आकारात
सर्वस्वाचा बळी देउन
निराकार होत मी मुक्ती पावेन
तो दिवस आता दूर नाही ।।४।।

१६/९/१९७४

आता तरी तू येशील का? (राग - मिश्र पिलू)

वाट पाहता थकले सखया
आता तरि तू येशिल का?
प्रतिक्षेत पापण्याहि मिटल्या
आता दर्शन देशिल का? ।।धृ.।।

मृद्‌गंधाने गंधित धारा
तृणपात्यांना चुंबित वारा
माझ्या प्रीतीच्या ललकारा
साद अशी तू देशिल का?।।१।।

धरा लाजली ढगा पाहुनी
मोहरली परि अमृत पिउनी
प्रीतीचा घन श्याम होउनी
असाच तू बरसशील का?।।२।।

वृक्षवराला लता बिलगली
द्वैत जगातिल विसरुन गेली
पर्णफुलांनी अता बहरली
तशी मला फुलविशील का?।।३।।

६/७/१९७४

आता सारे काही संपून जावे

तनासाठी, मनासाठी, धनासाठी लढलेल्या मुत्सद्दी पण आंतरिक रक्तबंबाळ लढाया,
स्वत:साठी, आप्तेष्टांसाठी आणि कधी चुकून इतरांसाठी मारलेल्या धूर्त,
व्यावहारिक शब्दबंबाळ बढाया,
ढगफूट होऊन वणवा क्षणार्धात लुप्त व्हावा,
तसे मृत्यूच्या अमृतवर्षावाने सगळे विझून जावे.
आता सारे काही संपून जावे...

अर्थपूर्ण मानवी जीवनाला, निरर्थक सिद्ध करणारे आमचे तथाकथित कर्तृत्व
आणि वस्तुत: ॲब्सर्ड आणि निरर्थक असणाऱ्या जीवनाला अर्थ देण्यासाठी
घडणारे आमचे निष्फळ प्रयत्न...
हे सगळे काही,
तिन्हीसांजेला अंध:कारात सहज विलोप पावणाऱ्या सूर्यबिंबाप्रमाणे,
मृत्यूच्या निळ्याशार डोहात विलीन व्हावे
आता सारे काही संपून जावे.

ज्याप्रमाणे गंगेचा प्रवाह त्यातिल निर्माल्य-हार-मल-मूत्र, अस्थि,
अर्धवट जळलेली कलेवरे,
दगड-गोटे, जलचर, वनस्पती सारे सारे काही पोटात घेऊन
महासागरात समर्पित होतो, त्याचप्रमाणे...
प्रपंचातही कधीतरी परमार्थ शोधणाऱ्या माझ्या सज्जन प्रवृत्तींनी,
परमार्थाचाही प्रपंच मांडणाऱ्या माझ्या निर्लज्ज निवृत्तीने,
झऱ्यांसारख्या झुळझुळणाऱ्या, वाऱ्यासारख्या सुळसुळणाऱ्या,
मोरपिसांसारख्या हुळहुळणाऱ्या,
कारंज्यासाख्या उसळणाऱ्या, पाऱ्यासारख्या पसरणाऱ्या,
सर्पासारख्या विषारी दंश करणाऱ्या, अजगरासारख्या निपचित थंड पहुडणाऱ्या
माझ्या अनंत, अपार चित्तवृत्तींनी
मृत्यूच्या महाप्रलयात तदाकार व्हावे,
आता सारे काही संपून जावे.

मी आणि माझे, माझी स्वप्ने-आशा-आकांक्षा,
माझे स्वत:विषयीचे आणि इतरांविषयीचेही नार्सिसिस्ट, सॅडिस्ट, किंवा

विकृत भ्रम, समज आणि गैरसमज,
माझी नीति-संस्कृती, इतिहास-भूगोल, परंपरा आणि प्राक्तन,
जीवनप्रवाहाच्या तीरावरील माझ्या अस्तित्वाचे तत्कालिक आणि अशाश्वत सत्य,
हे सर्व काही मृत्यूच्या अंतिम शाश्वत सत्याशी एकरुप व्हावे.
आता सारे काही संपून जावे.

माझ्या आणि माझ्याभंवतालच्या दृश्य-अदृश्य विश्वाचे संबंध,
आणि त्या संबंधांच्या संदर्भातून जाणवलेली,
सौंदर्य-कुरूपता, पावित्र्य-बीभत्सता, श्लील-अश्लीलता आणि नीति-अनैतिकता,
ह्यांच्या प्रचितीतून, प्रतीतीतून आणि अनुभूतीतून स्फुरणारे माझे शब्द,
जागृति, स्वप्न आणि सुषुप्तावस्थेतील जाणीव आणि नेणीवेच्या झंकारातून,
जीवनातील चैतन्याचे उद्गान करणारे माझे स्वर,
माझी मंगल-अमंगल गाणी, माझी चत्वार वाणी, माझ्या चित्रविचित्र कला,
कळा आणि विकला
साऱ्यासाऱ्यांचे मृत्यूच्या महाओंकारात अंतिम विसर्जन व्हावे.
आता सारे काही संपून जावे.

पतंगाएवढ्या तनाच्या आणि आकाशाएवढ्या मनाच्या
अपार भोगांशी आणि त्यागांशीही
संभोग करुन शिणलेल्या 'मी' ने आता
'ॐ त्र्यंबकं यजामहे' ह्या मृत्युंजय मंत्रावर मात करीत,
मृत्यूमहामायेच्या गर्भात प्रतिप्रसव पावावे.
आता सारे काही संपून जावे.

२१/५/२००८

चैत्र पुनवेची रात आली (राग - मिश्र पहाडी)

चैत्रपुनवेची रात आली, आली गात गात
मन आनंदरसात न्हात, न्हात ।।धृ.।।

समिंदराला उधान
आभाळाला नवं भान
चांदन्या या नाचती गात, गात ।।१।।

पान्यामंदी स्वर खिरे
विरे, मासोली उसले
धारा लाज लाजताती काठोकाठ ।।२।।

रातरानी ही फुलली
वाऱ्यासंगं ग झुलली
शिणगाराचा सुगंधी थाट-माट ।।३।।

३/४/२०१३

मी तसा कलंदर (राग - बिलासखानी तोडी)

जरि मी तसा कलंदर, संसारि तरिहि रमलो
नादाशी संग जडता माझ्या लयीत घुमलो ।।धृ.।।

जलशांमधे तरंग, जगण्यावरी तवंग
बेरंगि रंगुनी मी, आनंदरंगी दंग ।।१।।

कधि कोसळली वीज, कधि नभी चंद्रबीज
माझ्या मनास गमले ते शारदेय तेज ।।२।।

व्यथांस साहिले मी, दु:खांस हासलो मी
नादात मग्न माझ्या, तालात वाजलो मी ।।३।।

तेजास पाहिले मी तालास पूजितांना
ओंकार स्पर्शिला मी लयओष्ठ चुंबिताना ।।४।।

प्रसादिली जी विद्या, यशवंत गुरुवरांनी
ती वाटली मी शिष्यां, मनमोकळ्या करांनी ।।५।।

आशा न कधि धनाची, ना अपेक्षिला मान
व्रत मानिले जिण्याचे, हे पुण्य ज्ञान-दान ।।६।।

मी फक्त प्रेम दिधले, हातात घेत हात
दावीत शाई-चाट नि अक्षराची वाट ।।७।।

सारेच शिष्य जणु हे माझे सुपुत्र झाले
त्यांचे यशोतुरे मी माझ्या ललाटि ल्याले ।।८।।

आर्तांस दिशा दिधण्या भविष्य वेधिले मी
ताऱ्याग्रहांशि बोलत नैराश्य छेदिले मी ।।९।।

आषाढ-घन मनाने, मैत्रीत मी बरसलो
अंधार दाटताही मुदितेतुनी प्रकटलो।।१०।।

मिटला नकळत स्वार्थ, विलोपली अहंता
'माझे' पणाची समिधा मी अर्पिली अनंता ।।११।।

हे गुच्छ मज नको रे, सत्कार-हार नसु दे
प्रेमात चिंब तुमच्या उतराइ मज असू दे ।।१२।।

ह्या मैफिलीत माझ्या, तुम्ही नि मी दिवाणे
प्रेमात ज्यां गवसले, सुर, ताल आणि गाणे ।।१३।।

आता निरोप द्या मज, ह्या तृप्त सांध्यवेळी
श्रुति चंद्रभैरवीची अवचीत साद घाली ।।१४।।

हा जन्म अमृताचा, आनंदमयि विराणी
तालालयीत सुफलित, संपूर्ण ही कहाणी ।।१५।।

९/३/२०१३

जगणे होवो गीत नवे

वर्ष नवे, संकल्प नवे, स्वप्नांनाहि विकल्प नव्हे
आशांनाही पंख नवे, प्राक्तनासही वर्ख नवे ।।१।।

तेच तेच ते पुन्हा नवे, तेच तेच ते पुन्हा हवे
पुन्हा नव्यातूनि जुने स्रवे, पुन्हा नव्याने नवे हवे ।।२।।

हव्या-हव्याचे हास्य पुरे, अशाश्वताचे लास्य पुरे
प्रतिष्ठीत जनमान्य यशाचे शिळे नि उष्टे घास पुरे ।।३।।

तोच राग नी तोच लोभ, पण बघणाऱ्याचे नेत्र नवे
तोच काम नी तोच क्रोध पण जुने रंग नी चित्र नवे ।।४।।

नववर्षाच्या तुम्हां शुभेच्छा, जगणे होवो गीत नवे
क्षणाक्षणाला अणुरेणूंना हर्षमण्यांचे स्पर्श नवे ।।५।।

आनंदी जल्लोष नवे, शांतीचे परिपोष नवे
आत्मलीन रंगात रंगुनी मुक्तीचे उन्मेष नवे ।।६।।

१/१/२००२

हिशोब

सांज अशि दाटून आली, सूर्य हा अस्तास गेला
सांध्यकाळी, संधिवेळी मी मला बघणार होतो।।१।।

ओळखावे माणसांना हे कधी जमलेच नाही
माझ्याच सरणावरि उभा, आता कधी शिकणार होतो?।।२।।

पारखावे मी स्वत:ला हे कधी सुचलेच नाही
पारखा झालो स्वत:ला, मग कसा जगणार होतो?।।३।।

हारताचि हिशोब सारे, कर्म अवचित भार झाले
सर्पदंशी वेदनांतुनी मी मला गिळणार होतो।।४।।

दशदिशांचे उंबरे झिजवीत हे आयुष्य गेले
तेज:कणांचे दान मी कोणाकडुन घेणार होतो?।।५।।

निरर्थ जगण्याचा वसा मी प्राक्तनी घेऊनि आलो
मरुनही मी तो ठसा आता कसा पुसणार होतो?।।६।।

जगण्याशि नव्हता वायदा, शून्यात मी वसणार होतो
मरणात नव्हता फायदा, म्हणुनीच मी जगणार होतो।।७।।

१४/१/१९९८

हिमपरी (राग - नाटकामोद)

हिमनगांच्या धवलरात्री उगविसी तू मदनिके
उजळते आकाश सारे उधळिता स्मितमौक्तिके ।।१।।

चालता तू डुलति तारे, आसमंत हि सावळे
बर्फराशीवरि उमटती चांदण्याची पाउले ।।२।।

हालता वक्षस्थळे तव, बर्फराशी हालती
झोंबरे वारे तुझ्या कुचमर्दनात सुखावती ।।३।।

डोलताचि नितंब तव, बर्फास येई जाग गे
लाभते ग धुक्यास दृष्टी, निर्झराला आग गे ।।४।।

ओठंगता पाण्यावरी तू भारला गे गारवा
जळिस्थळी झंकारला श्वासातुनी तव मारवा ।।५।।

हासता तू हिमकणांच्या जाहल्या दीप:शिखा
हालता तू पत्थरांतुनि नाचल्या गे नर्तिका ।।६।।

वितळु दे ग बर्फ सारे, पेटताचि तु अप्सरे
वितरु दे वाऱ्यातुनी गे मदनगंधी अत्तरे ।।७।।।

उसळु दे धमन्यातुनी प्रपात कामरसोत्सुके
मिसळु दे तव तनुमनी, जननांतरीची कौतुके ।।८।।

विखरूदे गिरिशिखरपृष्ठी त्रिभुज-योनी-मंडले
जननउत्सुक, सृजनउत्स्रव आदिमाया स्थंडिले ।।९।।

हिमपरी हे जलपरी, गंगेपरी तू निर्मला
कांक्षितो तुजला जरी, तू दुर्लभा रति चंचला ।।१०।।

६/६/२००५

पुरे झाले (राग - गुणकली)

मावळतो सूर्य, उगवतो सूर्य
कर्माकर्म अर्घ्य, पुरे झाले ।।१।।

ब्रह्म योनि, लिंग, कामना अभंग
वासनांचे रंग पुरे झाले ।।२।।

आकाशाचा देह, प्रकाशाचा डोह
काळोखाचे मोह पुरे झाले ।।३।।

रस, रंग, गंध, नाद, स्पर्श, बळ
ज्ञानाचे आकळ, पुरे झाले ।।४।।

जगण्याच्या आड, दडले मरण
आकांक्षा सरण पुरे झाले ।।५।।

किती काळ गावा, अस्तित्व-ओंकार
द्वंद्वांचे झंकार पुरे झाले ।।६।।

थांबवी कृपाळा, आता येणे-जाणे
माझे रडगाणे पुरे झाले ।।७।।

१५/१२/२०००

पूर्णकाम (राग - बिभास)

आनंदाच्या उकळ्या फुटल्या अंतरि उन्मनि मनातुनी
भूतलि विचरू? गगनी विहरू? लहरू स्वप्निल जलातुनी? ।।धृ.।।

आग पेटली दीप्तीची अन् वारा अवचित सुसाटला
हिरण्यगर्भाचे शतकोटी तेज प्रकटले नभातुनी ।।१।।

जळी प्रपात हि गाउ लागला कैवल्याचे सूक्त नवे
अणुरेणू झणिं चिंब नाहले, तृप्तीच्या मधु क्षणांतुनी ।।२।।

गगनि उसळत्या लाटा, घेउनि मानसहंसी शुभ्र थवे
घुमू लागली शीळ अनामिक, शारद नीरव स्वरांतुनी ।।३।।

हरित तृणांतुनि, तरुवेलीतुनि सृजनाचा जल्लोष उडे
रंग, रूप, रस, गंध स्पर्शिती मातीच्या शत कणांतुनी ।।४।।

चित्त तपःपुत स्फटिक जाहले, अवकाशा आयाम नवे
'पूर्णकाम' मी सच्चित् सुंदर आनंदाच्या घनातुनी ।।५।।

१२/०२/२०१८

अंत्ययात्रा (राग - वसंतबुखारी)

चालली ही अंत्ययात्रा, चालली नरकाकडे
मानवाचे स्वप्न वेडे चालले सरणाकडे ।।धृ.।।

पाशवी हिंसेत शांती, प्रीति सारी लोपली
उन्नतीला शाप देते, नीति सुद्धा कोपली
संस्कृतीचा ओघ वाहे, मृत्युच्या उगमाकडे ।।१।।

न्यायदेवी आंधळी ही भीक मागे जीवनी
ज्ञान अज्ञानात वेडे शोधिते संजीवनी
ज्योत आता चालली तेजातुनि तिमिराकडे ।।२।।

दानवी रक्तात न्हाता बुद्ध-गांधी रंगले
वेदनेने येशूचे ते क्रूस सुद्धा भंगले
साधु सारे चालले दंभाकडे, स्खलनाकडे ।।३।।

राम निष्ठावान त्याची काम मागे आहुती
भ्रष्ट-बुद्धी कौरवांची श्याम गीता ऐकती
देव आता मागताती दान या दगडांकडे ।।४।।

भक्ति, आशा, ध्येय यांचे अश्रु झाले कोडगे
अनृताच्या हाति आले अमृताचे गाडगे
रांड झाले स्वत्व आता धावते तिरडीकडे ।।५।।

पुण्यमाळा माळुनीया प्रेत ते शृंगारले
वासनेचे टाळ वाजे, भोंवती अंधारले
पाप खांदा देत प्रेता, चालले मसणाकडे ।।६।।

१३/१२/१९७५

शारदेस (राग - गौड सारंग)

नसशील ग माझी कधी
नव्हतीस तू माझी मुळी
स्मरणात मग तु पुन्हा, पुन्हा
का कमलिनीपरि उमलसी? ।।धृ.।।

मी पाहिले पहिले तुला
पहाट ग फुलली मनी
जननांतरीच्या सौहृदा
तु उषेपरी गे उजळसी ।।१।।

तू भेटली नाहिस पुन्हा
तुज पाहिले नाही पुन्हा
एकांति तरि अवचीत तू
दवबिंदु बनुनी डवरसी ।।२।।

कुठलेहि, कधि ना पाळिले
तू प्रीतिचे संकेत गे
मग तरिहि मनि हुरहूर तू
श्रावणसरींपरि बरससी? ।।३।।

हे कोणते नाते असे
का गीत मी गातो तुझे
अनादि ललने, प्रेरणे
हे भाव का मनि रुजविसी? ।।४।।

तू जाणली नाहिस कधी
माझी अनामिक भावना
कवनात माझ्या डुंबता
कालिंदिनेत्री बहरसी ।।५।।

बहरू नको, विसरू नको
मम साद आदीशक्तिला
अंतस्थ तुझिया प्रीतिने
तु अजाणता अंकूरसी ।।६।।

जे स्वप्न तव मी पाहतो
ते स्वप्नची राहो सखे
गे शारदे, तू सरसवते
प्रतिभेतुनी मज वदविसी ।।७।।

१२/३/२०१२

अवधूत मी (राग - श्री)

आज हे अवचित असे आभाळ जरि अंधारले
तिमिरास मी सर्वात्मका, तव तेज मानुनि चालतो ।।१।।

शैशवी मम माय गेली, तात, पत्नी यौवनी
जामात जाता, अंतरी नि:संग होउनि चालतो ।।२।।

आक्रोशती दाही दिशा, क्षितिजास हंबरडा फुटे
माझ्या मनातिल आसवांना, मीच हसवुनि चालतो ।।३।।

थकली जरी काया अता, विदीर्ण झाले मन जरी
पूर्णवादाची ध्वजा हातात धरुनि चालतो ।।४।।

शिष्य, गुरु अन् आप्तजन सोडूनि गेले साथ रे
स्मरणाचिया सरणावरी निर्तप्त होउनि चालतो ।।५।।

दु:ख झाले तव कृपेने चंदनाची वल्कले
वेदनांच्या उपवनी, आनंद फुलवुनि चालतो ।।६।।

संथा दिली जगतास मी, दु:खात सुख शोधायची
पूर्णवादाचा वसा जगण्यात वसवुनि चालतो ।।७।।

साऱ्याच ह्या लीला तुझ्या, सारी तुझी रे कौतुके
कौतुकांच्या पालखीचा भोई होवुनि चालतो ।।८।।

रे इशा, दत्तात्रया, तव दत्त नियती वंदितो
वाळवंटी, चांदण्यांचे वृक्ष रोवुनि चालतो ।।९।।

तारणे बुडत्या जनां, आजन्म माझी साधना
छाया कृपेची रे तुझ्या, जगतास वाटुनि चालतो ।।१०।।

प्रकाशपुष्पांची दले ही, अंतरी मम उमलती
पूर्णवादाच्या ऋचांचे पंथ निर्मुनि चालतो ।।११।।

प्रतिदिनी अन् प्रतिक्षणी रे, होत आहे रिक्त मी
रिक्ततेतुन पूर्णतेचा ध्यास घेउनि चालतो ।।१२।।

माझेपणाचा भार मी, चरणांवरी तव वाहिला
पांढऱ्या मेघापरी मी मुक्त होउनि चालतो ।।१३।।

आता खरा अवधूत मी, आता खरा आनंद मी
शून्य मी, माझाच मजला पूज्य होउनि चालतो ।।१४।।

२९/९/२०१४

माझी चिरंजीवी शाळा - एक स्वगत - एक कोलाज

खरे सांगायचे तर,
नवीन काही शिकायचे वय आता सरते आहे,
पण तरीही पुन्हा आज,
माझी लाडकी शाळा, माझ्या मनात नव्याने भरते आहे
शिगवण शिपायाने देताच घंटेचे टोले,
विहरतात नादलहरी आसमंतात,
हळुवार स्पर्श करतात, डंखविहीन मक्षिकांच्या पोळ्याला,
मधाने ओथंबलेल्या.
आणि ठिबकू लागतात स्मृतींच्या मधाचे थेंब,
माझ्या मनाच्या आनंदलोकात.

आनंद!
मी शाळेत घालवलेल्या क्षणांचा
फुलपाखरांच्या रंगीबेरंगी पंखांसह खेळण्याचा, बागडण्याचा,
जिज्ञासेच्या अपार जलाशयात मनसोक्त डुंबण्याचा,
निर्मळ भावस्वप्नांसह आकाशात उडण्याचा.

ऐकू येत आहे, आज अवचित मला
पहिली दुसरीतल्या मुलांची ती गोजिरवाणी किलबिल,
त्या खोड्या, ती गडबड, ती धडपड, ती चिवचिव.
आणि दिसू लागतात
मुलांवर मनापासून प्रेम करणाऱ्या,
करड्या शिस्तीचे धडे देता देताच,
त्यांच्यावर मायेची पाखर घालणाऱ्या
मुलांच्या त्या गोंगाटाचे गाणे बनविणाऱ्या बापट बाई.

चांगले आहेत तुमचे हिंदी उच्चार
असे चुकून जरी म्हटले मला कुणी
तर आजही डोळ्यांसमोर तरळू लागते
कृश शरीरयष्टीच्या सबनीस सरांचे मिश्किल हास्य
आणि ओठ नकळत गुणगुणू लागतात

हिंदीच्या व्याकरणाची गाणी
'मैं हूँ, तुम हो, हम हैं, आप हैं!'
वर्गातल्या सगळ्या मुलामुलींना बरोबरघेऊन
आपल्या स्वत:च्या घरी अल्पोपहार देऊन
७ वींचा सेन्ड ऑफ साजरा करणाऱ्या वागळे बाई.
त्यांनी सेन्ड ऑफच्या दिवशी दिलेल्या
कॅडबरीची चव अजूनही मनात का रेंगाळावी?
विरहाच्या क्षणांना प्रेमाचे ऐश्वर्यदान देणाऱ्या
वागळे बाईंचे वत्सल डोळे आठवताच
अजूनही मन भरुन का यावे?

'Our sweetest songs are those that tell of the saddest thoughts'
ही ओळ समरसून शिकविणारे नी.र. सहस्त्रबुध्दे सर.
इतिहासातील तेज आमच्या अंतरंगात फुलविणाऱ्या,
संस्कृतीच्या आनंदरसात आम्हाला चिंब भिजविणाऱ्या,
कवितेचे सौंदर्यबीज आमच्या मनात रुजविणाऱ्या,
सहस्त्रबुध्दे सरांसारख्या अनेक शिक्षकांचे ऋण
आम्ही फेडावे तरी कसे?

उत्तरे नसतात कधीही, ह्या आणि अशा प्रश्नांना,
ह्या ऋणांची परतफेड करता येत नाही पैशांना,
फक्त दोन कृतज्ञ अश्रू द्यावेत आपण आपल्या श्रद्धास्थानांना.

माझ्या विद्यार्थ्यांनी उत्तम शिकावे,
कल्याण त्यांचे व्हावे,
ह्या ध्यासातून शिकवले आम्हाला ज्यांनी निरपेक्ष भावे,
अशा आमच्या शिक्षकांची घ्यावी तरी किती नावे?
खंडकरबाई, दातार सर, गोडबोले बाई, वाटवे बाई,
महाजनबाई, गावडे सर, परांजपे बाई, आपटे बाई
आणि श्री. मा. सी. पेंढारकर
ह्या शिक्षकांतले भीष्माचार्य
देवभाषेचे संस्कार आमच्या वाणीवर आणि मनावरही करणारे
संस्कृतचे आचार्य.

हळवे होऊन जाते मन, ह्या शिक्षकांच्या स्मरणाने
' ते हि नो दिवसो गताः।' ह्या वास्तवाच्या भानाने
जमू लागतात अचानक, जुने सवंगडी माझ्या मनात
आणि ओढून नेतात मला जुन्या भावमधुर क्षणात.

वर्गाच्या हस्तलिखिताचे ते वार्षिक वेड, शहाणे
मुलमुलींना बोलण्यासाठी उगीच नवे बहाणे.
वह्यापुस्तकातून जपलेली ती मोरपिसे आणि ती कात्रणे
टिळकपुण्यतिथी आणि १५ ऑगस्टची ती लफ्फेदार भाषणे
वार्षिकोत्सवाचा तो संगीतकल्लोळ.
त्या एकांकिका, त्या नाट्यछटा, ते धुंद लयीतले नाचणे
तो भांगडा, ते कोळीनृत्य, तो पोवाडा आणि ते गाणे
वार्षिक सहलींचा जल्लोष,
'पार्ले टिळक विद्यालय, आम्ही राखू हिमालय'
किंवा
'एक, दोन, तीन, चार, पाटिवि ची मुले हुशार'.

आणि मग वार्षिक क्रीडामहोत्सवाचा एक नयनरम्य सोहळा
पेटती क्रीडाज्योत हातात मिरवित
पटांगणाला फेरी मारणारा अरुण केसकर.
शाळेचे भव्य क्रीडांगण
चुनखडीने नीट आखलेले आणि रेखलेले.
रंगीबेरंगी कपडे घालून मुलं मुली खेळात दंगलेले,
ध्वनिक्षेपकावरील सूचनांनी आभाळ उजळून टाकलेले,
१०० मी, ४०० मीटर धावण्याच्या शर्यती, कबड्डी, खो खो,
व्हॉलीबॉल, बास्केटबॉल,
सगळ्याच खेळांचे सामने रंगलेले,
सगळेच वातावरण उदंड उत्साहाने भरलेले आणि भारलेले
आरडा ओरड, आवेश, अहमहमिकेचे साद प्रतिसाद, युयुत्सू स्वर
ह्यांनी आसमंत निनादलेले.
आणि ह्या कल्लोळाला भेदून ऐकू येणारा
पाटणकर सरांचा बुलंद पहाडी आवाज.

मुलांच्या बरोबरीने धावणाऱ्या, ओरडणाऱ्या आणि गर्जणाऱ्या,
पाटणकर सरांचा एक जोरदार धपाटा.
खेळातल्या गलथानपणाबद्दल एखाद्याच्या पाठीवर,
पळण्याची स्फूर्ती, चकविण्याची युक्ती आणि जिंकण्याची शक्ती
देणारा तो धपाटा,
आजही हवाहवासा वाटणारा, त्यातल्या वेदनेसह.

कोकिळेने दिलेली वसंताची चाहूल
मी ऐकली, ह्याच माझ्या शाळेत.
जीवनात कदाचित अपरिहार्य असलेल्या
पण तरीही आवश्यक नसलेल्या,
माणसाच्या सर्वव्यापी समंजसपणात विक्षेप आणणाऱ्या
स्पर्धावृत्तीचे सर्वप्रथम दर्शन मला घडले
तेही ह्याच माझ्या शाळेत.
ह्या स्पर्धात्मक जीवनामुळे मुलांच्या निरागस आणि निराकस मनांत
उगवणाऱ्या आणि फोफावणाऱ्या
असूया, हेवा, मत्सर ह्या विषवल्लींची बीजे रुजताना मी पाहिली,
तीही ह्याच माझ्या शाळेत.
पहिल्या, दुसऱ्या नंबराचे फडकणारे झेंडे,
कमी गुण मिळालेल्या किंवा नापास झालेल्या मुलांच्या
उदास मनोपटलांसमोरुन मिरवीत जाण्याचे भाग्य घेऊन जन्मतात.
ह्या सत्याचे आकालन मला झाले
तेही ह्याच माझ्या शाळेत.

जीवनाचे ज्ञान, यौवनाची जाण आणि स्वत्त्वाचे भान मला आले,
तेही ह्याच माझ्या शाळेत
सर्वार्थाने मला घडविले ते ह्याच माझ्या शाळेने
आणि काही अर्थांनी बिघडविले मला, तेही ह्याच माझ्या शाळेने

मला, तुम्हाला, आपल्या सर्वांना घडविणाऱ्या
शाळेची जुनी वास्तू आता पडणार आहे.
आपली लायब्ररी, आपले वर्ग, आपली व्यायामशाळा
सगळे सगळे ह्या वास्तूतून हलणार आहे.

गरमागरम बटाटेवडे आणि समोसा,
त्याबरोबर रंग गंध स्पर्शासह जिभेवर रेंगाळणारी अद्‌भुत चवीची चटणी,
हे सर्व वर्षानुवर्षे खाऊ घालणाऱ्या बाबूचे कॅन्टीन आता कुठे जाईल?
टिळकांचा हा पुतळा कदाचित नवीन वास्तूत जाईल हलवला
किंवा नवीन पुतळा नव्या वास्तूसाठी,
नव्या शिल्पकाराने असेलही घडविला.
पण हलणार नाही, तुटणार नाही, पडणार नाही ही शाळेची जुनी वास्तू
तुमच्या आमच्या डोळ्यातून.
कालही हीच माझ्या शाळेची वास्तू होती, आजही आहे
आणि उद्याही असणार आहे आपल्या स्मरणात कायमची.
आणि म्हणूनच अचल आहे, अभेद्य आहे, शाश्वत आहे,
चिरंजीवी आहे माझी शाळा, माझ्या मनात.

उभा आहे मी आज,
माझ्या शाळेच्या प्राकारात.
मातीच्या गोळ्यासारख्या
माझ्या व्यक्तित्त्वाला ज्या माझ्या शाळेने दिला
आधार, संस्कार आणि आकार
त्याच माझ्या शाळेच्या अंगणातील धूळ
कुंकुमतिलकासारखी ललाटावर मिरवित
उभा आहे मी आज
माझ्या शाळेच्या प्राकारात.

उभा आहे मी प्राकारात,
शिगवण शिपायाने दिलेल्या घंटेच्या टोलांचा शुभंकर निनाद,
माझ्या कानांत आणि प्राणांतही
आठवीत आणि साठवित.
आयुष्यातील भैरवीच्या सांध्यप्रकाशात
न्हात न्हात.
आणि शाळेच्या ध्वनिक्षेपकावरुन ऐकू येणारी
रेकॉर्डवरची भूपाळी
गात गात,
‘घन:श्याम सुंदरा श्रीधरा अरुणोदय झाला

उठी लवकरी वनमाळी, उदयाचळी मित्र आला'
प्रकाशतो आहे, माझ्या जीवनाच्या अस्तघटी
माझ्या लाडक्या शाळेचा सूर्य
माझ्या मनाकाशात.
उजळून निघत आहेत
नव्या दिशा, नवे पंथ, नव्या जाणीवा
एका अनामिक तेजाने.

उभा आहे मी आज,
माझ्या शाळेच्या प्राकारात.
खूप काही नवे शिकण्यासाठी.
जे चुकलो बोलतांना, वागतांना सवंगड्यांसह
त्याची मनापासून क्षमा मागण्यासाठी.
हरवलेले माझे बालपण
पुन्हा नव्याने मिळविण्यासाठी
तथाकथित व्यावहारिक शहाणपणापासून मुक्त
असा माझाच लहानपणीचा
प्रांजळ, निर्व्याज चेहरा
अंतरंगातून नव्याने साकारण्यासाठी.
निष्पाप, निरागस, उस्फूर्त
असे माझेच निसर्गदत्त हास्य
माझ्याच चेहऱ्यावर नव्याने फुलविण्यासाठी.
दुनियेच्या बाजारहाटात हरविलेला
तो निरपेक्ष स्नेह, आणि अकृत्रिम प्रेम
पुन्हा जगावर, नव्याने करण्यासाठी.

उभा आहे मी आज
माझ्या शाळेच्या प्राकारात
पुन्हा नव्याने हात जोडून,
वरदायिनी सरस्वतीचे मंगलगीत गाण्यासाठी
'या कुन्देन्दुतुषारहारधवला या शुभ्रवस्त्रावृता
या वीणावरदंडमंडितकरा या श्वेतपद्मासना।'

उभा आहे मी आज
माझ्या शाळेच्या प्राकारात
माझ्या लाडक्या शाळेच्या वास्तूचे दर्शन घेत,
खरे म्हटले तर अखेरचेच.
जुनी वास्तू पडणार आहे,
नवी वास्तू घडणार आहे.
पण मनात तुमच्या, माझ्या
आपली शाळा अभंग, अमर असणार आहे
निदान आपल्या मरणापर्यंत.

उभा आहे मी आज
माझ्या शाळेच्या प्राकारात, वाट पाहात
माझ्या जुन्या आणि नव्याही सवंगड्यांची.
कारण खरे सांगायचे तर,
नवीन काही शिकायचे वय जरी आता सरते आहे
तरी माझी लाडकी शाळा, माझ्या मनात आज नव्याने भरते आहे.

२१/३/२०१२

परब्रह्म

कंटाळा जीवन, कंटाळा कारण
कंटाळा सरण, कंटाळ्याचे।।१।।

तेच, तेच, तेच, कधी वेगळेच
तरी ते तसेच, कंटाळ्याचे।।२।।

कंटाळा मारक, कंटाळा तारक
कंटाळा चालक, जगण्याचा।।३।।

कंटाळाच देव, कंटाळाच भाव
कंटाळाच ठाव, मानवाचा।।४।।

सृजनाचे गर्भ कंटाळ्याच्या पोटी
जेणे जगजेठी सुखावतो।।५।।

स्थिती होता अति, मन मागे गति
गति होता स्थिति, कंटाळती।।६।।

कंटाळा प्रसवी, विश्वरूपगंध
चिद्‌विलासछंद कैवल्याचा।।७।।

कंटाळा रसज्ञ, मर्मज्ञ, सर्वज्ञ
अंती स्थितप्रज्ञ, अंतर्यामी।।८।।

आदिअंतहीन, दिक्कालव्यापक
स्वयंप्रकाशक, स्वसंवेद्य।।९।।

कंटाळा भजावा, कंटाळा पूजावा
कंटाळा धरावा, हृदयाशी।।१०।।

कंटाळा जिण्याचे मूलाधार-चक्र
कुंडलिनी वक्र, प्रवृत्ती ही।।११।।

कंटाळिता ऐसे जागते प्रवृत्ति
होतसे निवृत्ति कंटाळ्याची।।१२।।

नाथाच्या घरची उलटी ही खूण
कंटाळा निर्गुण परब्रह्म।।१३।।

२१/२/२००२

तुझेच होते गाणे (राग - हमीर)

तुझेच होते गाणे आणिक तुझ्याच रे स्वरवाटा
झुलवित गेल्या आयुष्याला तुझ्याच रे लयलाटा।।धृ.।।

कधि ग्रीष्माची जाळि उन्हे, अन् कधी चांदणे होते
आकाशाच्या अनुभूतीतहि तुझे नांदणे होते।।१।।

पसरलीस तू जीवनावरी, कधि दुःखाची छाया
भुलविलेस कधि तूच दावुनी सुखस्वप्नांची माया।।२।।

जरी चाललो वाट त्यावरी तुझीच पाउलचिन्हे
मला उमजले जीवन माझे तुझीच प्रसादचिन्हे।।३।।

तुझ्या कृपेचे दान जाणिता हिशेब सारे सरले
शून्य राहिले बाकी तरिही विषाद वारे विरले।।४।।

रितेपणातुनि आज ल्यायलो दिव्यत्वाचे लेणे
विरतो आता तुझ्या स्वरातचि, पुन्हा न परतुन येणे।।५।।

२१/०२/२०१८

शाम-ए-गम की गझल (राग - पूरिया धनश्री)

अपयशाचे घाव मी ललाटि मिरवित चाललो
आयुष्य माझे व्यर्थ हे, हे सत्य गिरवीत चाललो ।।धृ.।।

हिरवे तरू, जल, सावल्यांची थोरवी मी ऐकली
तापल्या वाळूतुनी आयुष्य तुडवित चाललो ।।१।।

पेटले वणवे जरी, अंधारल्या दाही दिशा
निखारलेल्या काळजा उगीच फुलवित चाललो ।।२।।

क्षुद्र ह्या माझ्या व्यथा नी क्षुद्र सुखदुःखे जरी
उमजूनही, त्यांनाच मी निर्लज्ज बिलगत चाललो ।।३।।

जगलो कुणासाठी, कशासाठी न मजला उमगले
दिशान्ध मेघाच्यापरी आयुष्य फिरवित चाललो ।।४।।

सुर्याचि जळती आसवे रिचवून तृष्णा शमविली
तृप्तीत आगीच्या अशा हृदयास भिजवित चाललो ।।५।।

शृंगारिले आयुष्य मी, परि षंढ ठरलो शेवटी
हरलो तरी पुरुषोत्तमापरि लिंग मिरवित चाललो ।।६।।

आयुष्य जरि झाले धुके, चेहरा न माझा सापडे
फोडून सारे आरसे, काचांस रडवित चाललो ।।७।।

बिछायतीवर जिंदगीच्या खूप केल्या मी क्रीडा
काहीच ना जमले तरी, स्वतःस दमवित चाललो ।।८।।

खूप केला यत्न मी, पुरुषार्थ माझा शोधण्या
षष्प काही कोरडे, माझेच निरखित चाललो ।।९।।

३/६/२००२

परिपूर्ति (राग - मारुबिहाग)

सांध्यकाळी मदनतृष्णा, बरी नव्हे, कळते जरी
कामनेच्या निर्झराचा स्रोत झुळझुळतो उरी ।।१।।

माझे तुझे हे वय असे की जुळविता ही ना जुळे
प्राप्तिची इच्छा खुळी, वेडेपणा मजला कळे ।।२।।

गडे तुला गे पाहाता, आवेग दाटुन येतसे
आलिंगण्याची ओढ तुज, मज करितसे वेडेपिसे ।।३।।

माझ्यासवे फुलशील का मंदस्मिते तू कणभरी?
माझ्यासवे जळशील का विद्युल्लते तू क्षणभरी? ।।४।।

भेटू या ग कापुरापरि, पेटु या ग मदनिके
जाणु या, जाळूनी स्मर, अरुपास आपण रूपिके ।।५।।

सांग, गं देशील का तव संग शयनी रंगुनी?
नग्न नी निस्संग होउनि आत्मडोही डुंबुनी? ।।६।।

येशील का माझ्यासवे, देशील का मज साथ तू?
होशील का रतिरंजनी, नवजागृतीची वाट तू? ।।७।।

माझ्या सखे, सजणे नको समजू ही कामातूरता
कामयज्ञाची ही पूर्ती, मुक्तता, परितृप्तता ।।८।।

१०/७/२००५

अभंग मी उरात (राग - यमन कल्याण)

मी अपंग, मूक, बधिर अंध जरि जनात
जो अनादि, जो अनंत, तोच मी मनात ।।धृ.।।

कां उगाच जवळ करू हीनगंड, न्यूनगंड
जे अव्यंग त्यांहि असे अहंगंड, भीतिगंड
गंडांतर लंघुनी अभंग मी उरात ।।१।।

पदोपदी जरी अडे, नि संकटांचि वृष्टि घडे
राखेतुनि स्वप्न पडे, आकाशी दृष्टी जडे
पंखहीन पक्षि मी, उडे निळ्या नभात ।।२।।

असण्याला अंत नसे, नसण्याची खंत नसे
लाभले न भाग्य तरी ते मला पसंत असे
अस्तित्वाचा सुगंध दरवळो दिशात ।।३।।

अंधारी मनि उमलो प्रीतिची प्रकाशफुले
आसवांत मन प्रसवो गंगेपरि तीर्थजले
जागविता स्नेहज्योत, हर्ष जीवनात ।।४।।

विष रिचवुनि, पचवुनि हे मन झाले अमृतघट
व्यंगांचे सल विरता, इंद्रचाप जीवनपट
मंगलमय सूर्यसडे धरा-अंगणात ।।५।।

जो अनादि, जो अनंत तोच मी मनात
जो अनादि, जो अनंत तोच मी मनात...

३/५/२०११

स्वागत (राग - हंसध्वनि)

मृत्यो तुझे स्वागत सख्या
तू प्रेमक्षण सजवीत ये
निरोपितो मी जीवना
मुखि देवस्वर वदवीत ये ।।धृ।।

विरले अता इहपाश हे
सरले अता भवक्लेश हे
ह्या जरठलेल्या तनु मनी
वसंतऋतु फुलवीत ये।।१।।

तू मदन रे, मी मदनिका
राजर्षि तू, मी मेनका
शय्येवरी मधु चंदनी
रतिरंग तू उधळीत ये।।२।।

हातात घेऊनि हात मी
रे क्षेम तुज देणार मी
माझे-तुझे सायुज्य हे
नजरेतुनी मिरवीत ये।।३।।

प्रकटो तुझी नवथर उषा
तेजाळु दे साऱ्या दिशा
रे राजहंसा मुक्तिच्या,
नवगगन तू उजळीत ये।।४।।

०२/०९/२०१८

तिन्हीसांज (राग - श्री)

तिन्हीसांज झाली, तुझी साद आली
मनाला तमाची पुन्हा गाज आली ।।धृ.।।

बुडाली पुन्हा द्वारका सोनियाची
पुन्हा पावले विव्हळ रंग:शरांनी
गोविंद विमनस्क हसला मनाशी
कालिंदिची डोळिया याद आली ।।१।।

कुणी वाढवीले हिरवे चुडे हे?
कुणी फोडिले प्राक्तनाचे घडे रे?
कुंकूम पुसता आकाश विझले
वैधव्यलेण्यांशि जवळीक झाली ।।२।।

वृक्षावरी पाखरे तडफडावी
निष्पर्ण रडुनी कशी जोजवावी
पुन्हा धावल्या सावल्या चंद्रवेड्या
तममांजरीला निळी जाग आली ।।३।।

धुनी फुंकुनी, थुंकुनी फकिर उठला
दिली बांग वेडी, तमाच्या घनाला
अशी आग लागे विरागी सुरांना
स्वत:च्या चितेची स्वत: लाज आली ।।४।।

२/१/१९९८

उपनिषत्सु (राग - भैरवी)

(ज्येष्ठ चित्रकार श्री. वासुदेव कामत ह्यांच्या चित्रप्रदर्शनाच्या निमित्ताने)

उपनिषदांच्या सरितेमध्ये मनास माझ्या डुंबवितो।
युगायुगांतिल प्रकाश माझ्या चित्रांमधुनी रंगवितो।।धृ.।।

रेषा स्त्रवती सहज गतीने, आकारात प्रकार किती?
चित्ती रुजल्या रूपांचे अन् अरुपांचे संस्कार किती?
अनन्य झुलत्या मेघक्षणांतुनि निराकार नभ भासवितो।।१।।

रंग उमलती जननांतरिचे, सौम्य कधी, कधि गडद छटा
नेणिवेतुनी जणू प्रकटती ऋषीमुनिंच्या ज्ञान जटा
अणुरेणूंतुनि रंगांच्या त्या, पांडुरंग मी ऐकवितो।।२।।

अवकाशी आकार दाविती, आशयघन जणु तत्त्व नवे
दिशादिशांना उजळत जाती, अर्थदिव्यांचे लक्ष थवे
अनंतआदी अनामिकाला अवकाशी मी ईश्वरतो।।३।।

सूर्यप्रभेने बर्फ विरावा, तसे विचारहि विलोपती
संचित सरता, हर्षमण्यांतुनि प्रकाशपुष्पे विराजती
त्याच फुलांच्या परिमळसंगे, प्रज्ञारंगे रंगवितो।।४।।

चित्रांतुनि तो भाव उमलण्या, दिव्य नि गूढ, प्रशांत नवा
रंगांच्या यमुनाजळि खेळत वासुदेव श्रीकृष्ण हवा
त्याच सख्याला, निस्संगाला, साक्षीत्वाला आठवितो।।५।।

११/०२/२०१८

रज:स्वला नमन

मरणयात्रिधारिके रज:स्वले नमो नमा
सृजनमंत्रकारिके रज:स्वले नमो नमा ।।धृ.।।

अफलित बिज धारिता मृत्यु हाच नित शाश्वत
म्लान कमल गर्भागृह मृत बिजास शृंगारित
रूधिरआसवें बिजा निरोप देतसे रमा ।।१।।

ऋतुचक्राच्या कृपेत मासिक हा मरणोत्सव
मासिक हे रुधिरार्पण, मासिक हे संतर्पण
शिवजन्म प्रयोजने, अखंड तप करी उमा ।।२।।

व्रत सरता चातुर्दिन, उमलशील मदनधुंद
रतिरंगी रंगुनि तू सजशिल गे सृजनसिद्ध
पुनरपि जननोत्सुक तू मोहिनी मनोरमा ।।३।।

७ /१०/२००७

मी उगाच उरलो होतो (राग - ललत)

आयुष्याचे दान व्यर्थ मी करून बसलो होतो
युद्ध खेळुनी द्वंद्वांचे, मी उगाच हरलो होतो।।धृ.।।

चंद्र हवा, चांदणे हवे, मी मनाशि मागत बसलो
इंद्रमुखी भोगांपाठी बेलगाम धावत सुटलो
भार वाहुनी स्वप्नांचे, मी उगाच थकलो होतो ।।१।।

पावित्र्य मिळविण्या अग्नीचे, यज्ञात मीच गुरफुटलो
प्रारब्धाची काष्ठे जाळित धुरात त्या गुदमरलो
हट्ट घेऊनी सूर्याचा, मी उगाच जळलो होतो।।२।।

माझ्यातच 'मी जो' मानीत होतो, 'तो मी' कधीच नव्हतो
माझेच मला कळले जेव्हां, तेव्हां 'मी' उरलो नव्हतो
दर्पणातल्या बिंबाशी मी उगाच लढलो होतो।।३।।

माझेच पाश त्यजुनी जेव्हां मी निवांत आता बसतो
हे गीत गात अस्तित्वाचे, मी आनंदाने हसतो
शीळ ऐकता मुक्तीची, मी उगाच उरलो होतो।।४।।

१०/३/२०१८

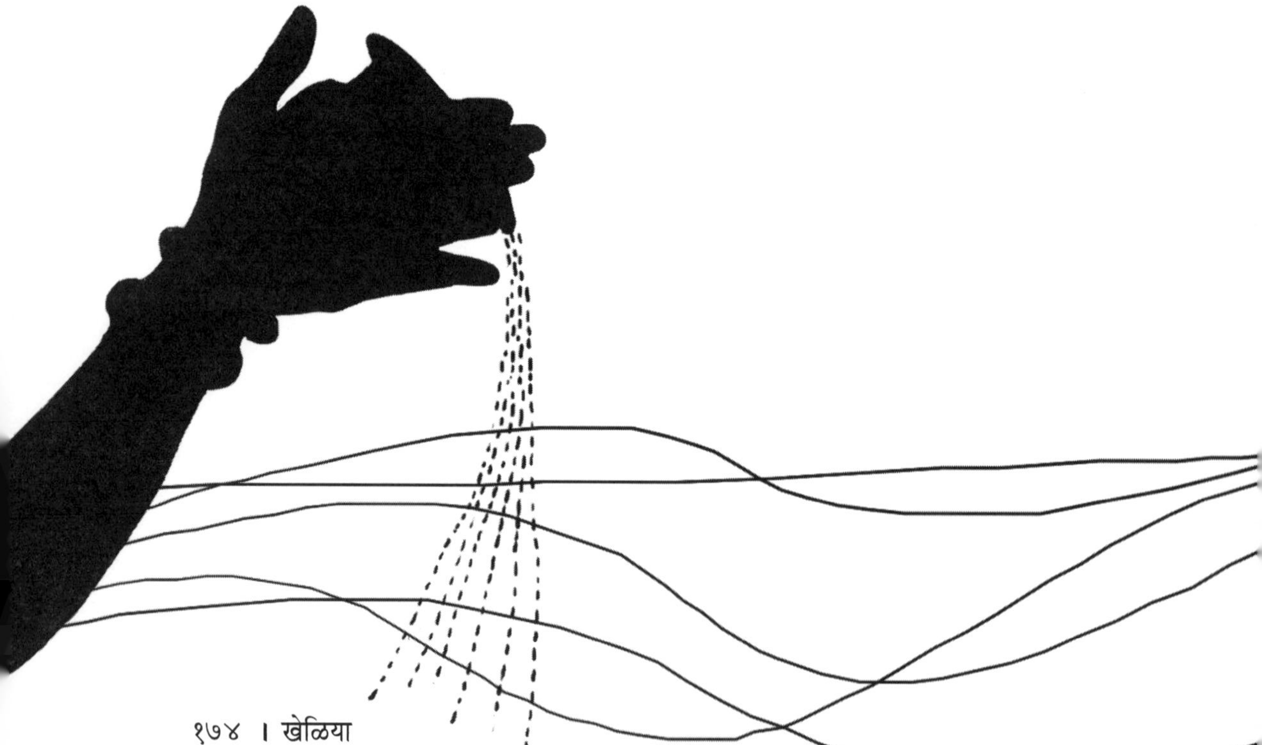

कुर्यात् सदा मंगलम् (राग - शिवरंजनी)

पुष्पापरि सांभाळिले तुज प्रिये
गे लाडके, कन्यके
आम्हा सोडुनि जासि तू पतिगृही
वत्से, चिदानंदिके ।।१।।

आता गे, शुभदे तुझे घर नवे
आप्तेष्टही नव नवे,
सौख्याला वितरी तू या नव जगी
मंदस्मिते, निर्मले ।।२।।

जैसी पार्वति शंकरा प्रति रमा
तैसीच हो तू उमा
शिवशक्ती सायुज्य हो अनुपमा
जगण्यास ये लालिमा ।।३।।

पत्नी हो तु सखी, सचीव, गृहिणी
हो भामिनी, कामिनी
स्वत्वा राखुन भूषवी गृह पदे
तेजस्विनी, मानिनी ।।४।।

ज्योत्स्नास्नात विशुद्ध शुद्ध कमले,
आस्तित्व ते दरवळो,
स्वगुणांच्या शीतल प्रभेत प्रमिले
संसार ते परिमळो ।।५।।

होवो गे ललिते, शुभंकर शुचि
दाम्पत्य-जीवन तुझे
चित्ता ते सुख-शांति-श्रेयस लभो
कुर्यात् सदा मंगलम् ।।६।।

१८/१२/२०१५

जीवेत् जयेत् शरदः शतम् (राग - केदार)

यस्य आयु समर्पितम् प्रति पूर्णवाद प्रवर्धनम्
कृपानिधी विष्णू गुरू जीवेत्, जयेत् शरदः शतम् ।।धृ.।।

शब्दातुनि तव परिमळे रे आत्मतेजाची फुले
प्रपंचातहि उमलती परमार्थ कमलाची दले
वाणी तुझी कल्याणकारी आत्मबोधप्रदायकम् ।।१।।

हास्य तव अम्लान वितरी अंतराळी प्रसन्नता
जोजवी शिणल्या मनांना, चांदणेचि स्वभावता
जीवन्कलेच्या पौर्णिमेचा चंद्रमा तू अलांच्छनम् ।।२।।

सामर्थ्य दृष्टीचे तुझ्या, विझत्या मनांना जागवी
कटाक्ष कृपेचे तुझे, बुडत्या जनांना वाचवी
प्रसाद तव भयभंजका रे, भुक्ति मुक्ति प्रदायकम् ।।३।।

शिळा भंगलि रामस्पर्शे, नव अहिल्या प्रकटली
गुरूस्पर्शे नरेंद्राची वेदवाणी प्रकटली
स्पर्श तव करुणार्णवा शुभ, आत्मजागृतिकारकम् ।।४।।

पाद्यपूजेने तुझ्या, मम अंतरी उजळे उषा
आशीर्वचे तव दाविती पूर्णत्ववाटेची दिशा
तव अर्चना, तव पूजनं भवदुःखपापविनाशकम् ।।५।।

भ्राता-पिता-भगिनी-सखा तू, तूच अमुची माउली
कृष्ण-राधा-वेणु-गोपी तूच वत्सल गाउली
गच्छामि शरणं त्वं गुरो, झणि उध्दरी मम जीवनम् ।।६।।

१४/११/२०१४

भाट (राग - पहाडी)

भाट मी तुझिया लिलांचा, गातसे तव कवतिके
भेटती त्या विभ्रमांना साद देतो कौतुके।।धृ.।।

विविध रस नि विभिन्न रुचि, जिव्हेत एका स्पंदने
त्याच जिव्हेवरि वसविली सरसवतीची उपवने
रासात तू रमवी रसा, रसपान करि मी कौतुके।।१।।

कालनदितटि खेळती रवि, चंद्र, बुध, तारांगणे
तिमिर-तेजाची घडे, विघडे कधी आलिंगने
नाट्य हे छाया-प्रकाशी पाहतो नित कौतुके।।२।।

व्यष्टी, समष्टी, सृष्टीचे हे रंग अगणित वेगळे
आकार रे जड-चेतनाचे मयसभेपरि आगळे
कोट्यावधी रूपांत तुजला वंदितो मी कौतुके।।३।।

जननांतरीच्या ह्या स्मृती, श्रुतितुनि रे तू प्रकटितो
अनंत श्रुतिंच्या संगमातुनि विश्वगायन प्रसवितो
नाद ओंकारात तव तो, ऐकतो मी कौतुके।।४।।

गंधाळली गगनी हवा, पाने, फुले, तरु, पाखरे
गंधात गुंगुनि रंगती रे, अंतरी फुलपाखरे
स्रोत परि तू परिमलाचा, गंधितो मी कौतुके।।५।।

शब्दांविणा हे स्पर्श सांगति, किति अनामिक भावना
अस्थि-मांस-त्वचे पल्याडिल गूढ, मन-संवेदना
निर्गूण जरि तू, सगुण तुजला स्पर्शितो मी कौतुके।।६।।

हिरण्यमृगसुख धावते दुःखाचि दडवुनि कस्तुरी
मृगजळाला भाळते, धापावते परि अंतरी
तृषार्ततेतचि रमविणारा खेळ, खेळि मी कौतुके।।७।।

दुःखकमळाच्या, जगात, सहस्त्रकोटी पाकळ्या
विवेकमधु परि स्त्रवतसे प्रत्येक दुःखी आगळ्या
भ्रमर मी, कमळातुनी मधु-पान करितो कौतुके।।८।।

४/३/२०१८

तुझ्याचसाठी सजलो ग (राग - बिहाग)

त्या हंबरत्या आकाशाचे डोळे पुसुनी मी हसलो ग
सखि, आज पुन्हा मी तुझ्याचसाठी, तुझ्याचसाठी सजलो ग ।।धृ.।।

कधि फुलांसवे हसलो होतो, कधि सुरांसवे रडलो होतो
कधि रातराणीचा सुवास झेलित नक्षत्रें मोजित होतो
गेलिस तू ग, गेले सगळे, आठवणींचे झाले झेले
त्या हंबरत्या आकाशाचे डोळे पुसुनी बघ हसलो ग ।।१।।

सगळेच जुने झाले आता, वस्त्रे हि जुनी, शस्त्रे हि जुनी
मन सावरण्याची, आवरण्याची, जगण्याची अस्त्रे हि जुनी
स्मरुनि ग तुला विस्मरतो मी, ह्या दीर्घ त्रियामा शिशिराच्या
फेकून जुने, मी नव्या मनाने वसंत तोरण बनलो ग ।।२।।

साध्या, सोप्या आयुष्याला सखि, प्रेमाचा तू अर्थ दिला
ह्या व्यर्थ जिण्याला, कुटुंबवत्सल धर्माचा संस्कार दिला
सखि तुझ्यामुळे मी आज एकटा, अनंत होउन उरलो ग
यःकश्चित मी, ह्या आप्तजनांचा वसंत-वैभव ठरलो ग ।।३।।

ह्या शहनाईचे सूर सखी तुज देतिल याद विवाहाची
अन् थिरकतील तुझि मृदू पावले सप्तपदीच्या तालाची
सौभाग्यभेट घडताच पेटतिल निरांजने ही अश्रूंची
त्या निरांजनांच्या ध्यासाने सखि निरंजनी मी नटलो ग ।।४।।

९/६/१९९७

संपला प्रवास (राग - जोगिया)

हे देहपाश सरता, हा संपला प्रवास
मृत्यू-तमात उजळे आयुष्य हे उदास ।।धृ.।।

आजन्म जी सजविली इंद्रिय-शरिर जत्रा
ती कौतुके मिरविली लावण्य-गात्र यात्रा
गात्रे-जरेत झरली, नुरला आता सुवास ।।१।। ...मृत्यू-तमात

आजन्म जपली जी जी, उमजे निरर्थ नाती
आपाद गुंतलेल्या सुटल्या अगम्य गाठी
हा देहभोग सरला, आता नवा प्रवास ।।२।। ...मृत्यू-तमात

हा श्वास मंद झाला, नेत्रात तेज मंद
ओठात मौन आले, वाटा निशेत धुंद
विरले अशाश्वताचे धरणीवरील भास ।।३।। ...मृत्यू तगात

ही नाव माझि सुटली, सुटले नि पाश-बंध
वाऱ्यावरी तरंगे, अवकाश हे अखंड
हा मोहवी अनादी, मज जांभळा प्रकाश ।।४।। ...मृत्यू-तमात

आता जुन्या सुरांना, लाभे नवीन कांती
जाताचि लय लयाला, उरली अभेद शांती
मृत्यूत तृप्त झाली, मम अमृताचि प्यास ।।५।। ...मृत्यू-तमात

माझ्यासवेच माझी ही संपली कहाणी
त्या मैफिलीत तुमच्या, माझी नुरे विराणी
ज्योतीत रे तमाच्या, अज्ञातगृहि वास ।।६।। ...मृत्यू-तमात

१०/११/२०१५

चैत्रराज (राग - गौड मल्हार)

चैत्रराज सखि सजला ग
उन्हात हळदी भिजला ग ।।धृ.।।

लग्नमंडपी उमले अंबर
सूर्यमण्यांचे उजळे झुंबर
पवनवारुवर स्वार होउनी,
नवरा नटखट नटला ग ।।१।।

सृजनाची चिरनवता ग
गुलमोहर हा फुलला ग
गंधफुलांचे पराग उधळित,
ऋतु वसंत दरवळला ग ।।२।।

वृक्षवल्लि, वनचरे, सोयरे
नववसने वेधिती पाखरे
नवरंगांची नवआभुषणे,
मंडप मग झगमगला ग ।।३।।

मुहूर्त गोरज, संध्येचा पट
वधू पौर्णिमा, लज्जा घुंघट
विहग गाती ग मंगलाष्टके,
मदन चौघडा झडला ग ।।४।।

चांदणकाळी मीलनबेला
चैत्रराज झाला अलबेला
संगमरवरी पूनमराती,
द्वैताचा पट फिटला ग ।।५।।

६/४/२०१३

तुझ्या हिरकवर्षी (राग - जयजयवंती)

षष्ठब्द्यपूर्ती तुझ्या हिरकवर्षी
तुला द्यावया मजकडे काहि नाही ।।धृ.।।

किती पूर आले, किती पूर गेले
कुजवून आयुष्य पुलकीत केले
अगोचरातील वैशाखवणवे
आयुष्य जाळीत, फुलवीत गेले
धन ही न उरले, जन ही विखुरले
झोळीत माझ्या भिक्षा हि नाही ।।१।।

माझी अशी ही भ्रमराचि वृत्ती
द्यूतात रमणारि बेधुंद मस्ती
हरत्या पटी का तुला डावि लावू?
तुला वंचनेची फुले का ग गाळू?
पत्नीचि जी फक्त एकच अपेक्षा
ती एकनिष्ठा हि माझ्यात नाही ।।२।।

आत्मानुबंधे मी केली जी प्रीती
ती तूच होतीस, ती तूच होती
सुख, दु:ख, शोकाचि ओहोटी नि भरती
तुझी साथ होती, तुझी साथ होती
देईन म्हटले तुला काहि स्वप्ने
आकाश हे बोलत काहि नाही ।।३।।

असा मी निकामी, भणंग, फकीर
स्वीकारली संचिताची लकीर
शून्याचि गणिते, शून्यात चूर
रितेपणाने भरला ग ऊर
हा रिक्ततेचा हिरा सोडला तर
तुला द्यावया मजकडे काहि नाही ।।४।।

४/३/२०१३

मनमोकळा

तृप्तिच्याही रितेपणाचा सहज सजला सोहळा
धवल मेघाच्यापरी आकाशि फिरतो मोकळा ।।
मनमोकळा, मनमोकळा ।।धृ.।।

व्यथा रित्या, सुखही रिते
वृत्ती रित्या, क्लेशहि रिते
जगण्यास अवचित लाभली
ही कापुसाची चित्कळा ।।१।।

५/२/२०११

शतायु (राग - बिलावल)

झालो शतायुषी, ज्याच्या रे कृपेने
त्याचेच तराणे गातो आता।।१।।

ना आता उरले, वासनांचे रंग
लालसांचे संग, भंग झाले।।२।।

माझे मीच व्यालो प्रकाशाचे रूप
तमाचे विरूप लया गेले।।३।।

क्षितिजाच्या पार दिसे पैलतीर
माझा ऐलतीर तृप्त आहे।।४।।

दाही दिशा मज, कारुण्याच्या धेनु
वाजे मनी वेणु, श्रीहरीची।।५।।

नादावली धुंद, नवी सूर्यफुले
आकाशाशी बोले, मन माझे।।६।।

आता पुरे झाले, विचारमंथन
आत्म्याचे गुंजन अमृताशी।।७।।

देवकीकृष्णा रे माझे हे मागणे
तुझे माझे गाणे एक व्हावे।।८।।

२६/११/२०१७

पैलतिरावर दिवे लागले (राग - भैरवी)

पैलतिरावर दिवे लागले, पैलतिरावर दिवे
ऐलतिरावर विरून गेले आठवणींचे थवे ।।धृ।।

तमःज्योतिंनी निळ्या उजळली चिरयात्रेची वाट
कालविवरि घन नील तमाच्या शतसूर्यांचा थाट
तमःस्तोत्र दश दिशादिशांतुनी आसमंति आरवे ।।१।।

प्रारब्धाची काष्ठे वेचुनि रचिली माझी चिता
जीवन सारे हव्य करोनी पेटविले संचिता
काम, क्रोध, मद जळूनि गेले तारक अग्नीसवे ।।२।।

तृष्णेने उन्मेष तर्पिले तृप्तीच्या तीर्थात
चित्ताचे इहबंध भंगले मुक्तीच्या अर्थात
मेघ जांभळे नभी उदेले आरसपानी नवे ।।३।।

गाव ही सुटले, नाव ही सुटले, सुटली आता नाव
इंद्रधनूची कमान गगनी रंगवि अद्‌भुत भाव
क्षितिजामागुनि साद घालती मोर हि केकारवे ।।४।।

प्राजक्ताची फुले उमलली, रतिरंगाचे गाणे
मीलनात मधु मरणक्षणाच्या माझे मिळून जाणे
मृत्युज्योतिवरि झेप घेत मी प्राणपतंगासवे ।।५।।

१२/६/२०१८

श्री. रामकृष्ण नाईक. समाजसेवेसाठी समर्पित एक व्यक्तिमत्व. गोवा हिंदू असोसिएशनसाठी गेली ६५ वर्षे आणि 'स्नेह मंदिर, गोवा' ह्या वृद्धाश्रमासाठी गेली ३५ वर्षे निरलसपणे कार्यरत असलेले एक सेवाव्रती. रामकृष्ण नाईकांच्या ९० व्या वाढदिवसानिमित्त, ३ नोव्हेंबरला मुंबई आणि ५ नोव्हेंबरला गोव्यात त्यांचा सत्कारसमारोह संपन्न झाला. ह्या पार्श्वभूमीवर डॉ. घनश्याम बोरकर ह्या सुहृदाने श्री. रामकृष्ण नाईक ह्यांच्या व्यक्तिमत्वाचा घेतलेला भावपूर्ण वेध.

जीवेत् शरदः शतम्
रामकृष्ण नाईक - एक साधुपुरुष

हे साधो, तुझ्याप्रति प्रेमामुळे, आदरामुळे आणि कृतज्ञतेमुळे
जमलो आहोत आज आम्ही सर्व,
तुझे आप्त-स्वकीय, मित्र, सहकारी आणि सवंगडीही,
तुझा नव्वदावा कृतार्थ वाढदिवस साजरा करण्यासाठी.
तसं म्हटलं तर तू आमचा आणि आमच्यातलाच,
एक सर्वसामान्य माणूस.
पण सातत्याने शुद्ध करीत गेलास तू,
स्वतःच्याच जीवनप्रवाहाला.
दीपदान केलेस आयुष्यभर, जीवनाच्या गंगेत,
स्वतःच्या स्वार्थ, आशा, आकांक्षा, ममत्व आणि अहंकाराच्या दिव्यांचे.
आणि उजळून घेतलेस स्वतःचेच अंतरंग,
त्रिपुरी पौर्णिमेच्या चंद्राच्या प्रकाशाने.
गंगेसारखे पावन करुन घेतलेस स्वतःला,
निर्मळ आणि निर्मम होऊन,
आणि समर्पित केलेस स्वतःचे आयुष्य
लोककल्याणाच्या महासागरात विरुन जाण्यासाठी.

उन्नयन करीत गेलास तू स्वतःच्याच जाणीवांचे.
मार्गक्रमण करीत गेलास, एका शुभंकर ध्येयाकडे.
मी आणि माझेपणा सोडून, कलाविष्काराकडे,
सार्थ सोडून समाजहिताकडे,
अंधार सोडून प्रकाशाकडे,
आणि सामान्यत्व सोडून साधुपणाकडे.

'जे का रंजले, गांजले, त्यांसि म्हणे जो आपुले
तोचि साधु ओळखावा, देव तेथेचि जाणावा।'
वळविल्यास तू सहज तुझ्याच प्रवृत्ति,
माणुसकीच्या, प्रकाशाच्या आणि आकाशाच्या दिशेला,
आणि स्वत:च बनून गेलास, एक साधुपुरुष, एक देवमाणूस,
आमच्यासारखाच सामान्य माणूस असूनही.
आज जमलो आहोत आम्ही सारे इथे,
तुझ्या व्यक्तित्वाचा, कर्तृत्वाचा आणि साधुत्वाचा जयघोष करण्यासाठी.।।

रांगोळ्या घालीत आहेत,
शारदा, संशयकल्लोळ, मत्स्यगंधा ते महानंदा ह्या संगीत नाटकातील नांदीचे सूर,
तुझ्या वाटेवर, तुझ्या पुढच्या शुभंकर प्रवासासाठी.।।

ज्यांनी तुला दिला समाजकार्याचा वसा आणि वारसा,
ज्यांनी तुला दाखविला, आदर्श सामाजिक कार्यकर्ता, स्वत:च्या जीवनातून,
ज्यांनी तुला शिकवले, 'श्रेय, यश, कीर्ती, मान-सन्मान, प्रसिद्धी नाकारण्याचे'
खऱ्या समाजसेवकाचे व्रत,
ते २०व्या शतकाच्या पूर्वार्धातील स्त्री-शिक्षणाचे पुरस्कर्ते,
गोमंतकाचे 'महर्षी धोंडो केशव कर्वे' ठरलेले,
तुझे वडिल 'केशव अनंत नाईक'
जणु काही अभिषेक करीत आहेत, स्वर्गलोकातून,
तुझ्या मस्तकावर
त्यांच्या कृतकृत्यतेच्या आणि अभिमानाच्या अश्रूंनी.।।

परिस्थितीवश एकाकी पडलेल्या,
शेकडो वृद्धांना आणि रुग्णांना,
आसरा आणि आधार दिलास तू,
तुझ्या 'स्नेह मंदिरात', गेली ३५ वर्षे.
घर असूनही अगतिकतेने अनिकेत झालेल्या,
संध्याछायेने मन कातर झालेल्या त्या जीवांना,
तू फक्त निवारा आणि वैद्यकीय सेवाच नव्हे तर,
दिलेस माणुसकीने आणि स्नेहाने अखंड पाझरणारे डोक्यावरती एक छप्पर,
एक प्रमघन प्रकाशमय आभाळ.

आजच्या शुभ घडीला,
तुझे मंगलमय औक्षण करीत आहेत,
त्याच हजारो डोळ्यांची कृतज्ञतेने तेवणारी निरांजने.।।

ज्यांना तू 'प्रेरणास्थान' मानलेस तुझ्या आयुष्यात,
अशा तुला 'पितृतुल्य' आणि 'गुरुतुल्य' असणाऱ्या अनेक विभूति
पहात आहेत अमरलोकातून,
तुझ्या समर्पित जीवनाचा हा सोहळा.।।

नीतिमूल्ये कधीही सोडली नाहीस तू,
तुझा CAचा व्यवसाय करताना.
कायद्याची बाजू पूर्ण शक्तीने मांडणे, हेच आणि एवढेच कर्तव्य पाळलेस, तू व्यवसायात.
दुरुपयोग तर सोडाच, पण कधी उपयोगही केला नाहीस तू,
आडमार्गाचा किंवा भ्रष्टाचाराचा.
अगदी सहज झिडकारलीस तू,
व्यवसायात चुकीच्या मार्गाने वागून लाखो रुपये मिळण्याची प्रलोभने.
ज्यांच्या जीवनातून तू आत्मसात केलीस ही व्यावसायिक नीतिमत्ता,
ते तुझे व्यावसायिक गुरू, श्री. प्रभु, पंडित आणि पोफळे,
'शिष्यात् इच्छेत् पराजयं'च्या तृप्तीतून,
पहात आहेत आज कौतुकाने तुझ्याकडे, जणु कुबेरलोकातून.।।

खजिनदार होतास तू, गोवा नॅशनल काँग्रेसचा,
गोवा मुक्तीसंग्रामाच्या पेटलेल्या काळात.
अध्यक्ष होता पीटर अल्वारिस,
राजकारण आनि समाजकारणातही तुझा आदर्श.
आज तो पीटर अल्वारिससुद्धा,
आकाशात जणु दाद आणि साद देतोय,
तुझ्या दिव्य, दाहक, एकाकी सेवाव्रताला,
तुझ्या समाजसेवेचे सांध्यसूक्त गात,
क्षितिजावर मावळणाऱ्या सूर्याच्या भगव्या रंगातून.।।

अगदी खास, गाढ आणि मनमोकळी मैत्री होती तुझी,
कानेटकर, दळवी, शिरवाडकरांसारख्या दिग्गज लेखकांशी आणि नाटककारांशी.

तुडुंब आस्वाद घेतलास तू, काव्य-शास्त्र-विनोदाचा,
ह्या दिग्गजांसह रंगलेल्या शेकडो गप्पांच्या मैफलीत.
धुंद वाचन घडले नाट्यप्रवेशांचे, बुद्धीरंजक चर्चा घडल्या साहित्याच्या,
चिंब सरी बरसल्या कवितांच्या, जागृत झाले उत्तुंग सामाजिक मूल्यांचे भान.
सूर्योदयी दिशा मिळाली समाजकार्याला, नवी प्रसन्न स्वप्ने रूजली माणुसकीची.
इंद्रधनुष्याच्या सप्तरंगात रंगलेल्या त्या मैफिलींचाच नव्हे तर,
तुझ्या दिग्गज साहित्यिकांच्या मैत्रीचा आणि आशीर्वादाचाही गंध,
दरवळत आहे, तुझ्या आजच्या ह्या आनंदसोहळ्यात.।।

कुसुमाग्रज तर तुझे मानसपिता.
अपघात झाला 'गोवा हिंदुच्या बसला'
आगीत जळून खाक झाली बस, आतल्या दोन कलाकारांसह.
फार मोठा आघात झाला होता तो, तुझ्यावर आणि संस्थेवरही.
सगळे निस्तरून, तू धावत गेलास नाशिकला,
कुसुमाग्रजांना भेटायला.
हमसून, हमसून रडलास तू त्यांच्या मांडीवर डोके ठेऊन.
आणि कुसुमाग्रज तुला जवळ घेऊन थोपटत राहिले तासभर.
आठवतो तुला त्या कविराजाचा तेव्हांचा स्पर्श?
नवा आधार देणारा, नवी उमेद जागविणारा?
'स्नेहमंदिराचे' तुझे स्वप्न सुद्धा रुजले आणि फुलले,
ते कुसुमाग्रजांच्या संगतीत.
उद्‌गारले कुसुमाग्रज, स्नेहमंदिर पाहून,
'रामकृष्णा, माझ्या स्वप्नातल्या प्रकल्पापेक्षाही अधिक सुंदर,
माणुसकीचे मंदिर उभे केले आहेस तू.
रम्य, स्वच्छ, आश्वासक आणि प्रसन्न.'
ह्याहून मोठा, परिपूर्ततेच्या आनंदाचा क्षण असू शकतो का रे?
तृप्त झाला आहे तो महाकवी आज,
माणसात आणि माणुसकीत दाखवलेली तुझी बांधिलकी आणि सामिलकी पाहून.
पाहतो आहे तो कौतुकाने आज तुझ्याकडे.
पश्चिमेचा जांभळा मेघ होऊन.
आणि पांघरतो आहे तुझ्या पाठीवर
प्रेमाच्या आणि कारुण्याच्या धाग्यांनी विणलेली शाल,
त्याच्या 'अदृश्य' वत्सल हातांनी.।।

भारावून गेला होतास तू,
बाबा आमटेंचे आनंदवनातील कुष्ठरोग्यांविषयीचे कार्य पाहून.
संकल्पही केला होतास एका भावुक क्षणी,
आनंदवनात पूर्ण वेळ कार्यकर्ता म्हणून जगण्याचे, वयाच्या पन्नाशीनंतर.
पण नंतर तुला योग आला,
अमरावतीला, शिवाजीराव पटवर्धनांच्या कुष्ठरोग्यांच्या आश्रमात सात दिवस राहण्याचा,
'स्पर्श' नाटकाच्या निमित्ताने.
शिवाजी पटवर्धन, एक प्रसन्न, साधुतुल्य व्यक्तिमत्त्व.
तेज:पुंज मुद्रा. ओघवती वाणी. सुस्पष्ट विचार.
शेक्सपिअर ते नवकाव्य आणि अध्यात्म ते विज्ञान अशा विविध विषयात,
बुद्धीचा लीलया संचार आणि विवाह.
शब्दाशब्दातून जाणवणारे पावित्र्य.
त्यांच्या सांगण्याप्रमाणे प्यायलास तू कुष्ठरोग्यांच्या हातचा चहा,
जेवलास तू त्यांच्याबरोबर, त्यांनीच बनविलेले जेवण.
हस्तांदोलनही केलेस त्या कुष्ठरोग्यांच्या झडलेल्या हातांबरोबर.
पण मग थकलास तू मनाने, फक्त तीन दिवसात.
आणि म्हणालास तुझ्याबरोबर आलेल्या जयवंत दळवींना,
'दळवी, परत जाऊया आपण मुंबईला.
ढासळतो आहे मी आतून, कोसळतो आहे मी मनातून.
तीन-तीनदा आंघोळ करतो आहे मी, संपूर्ण शरीर साबणाने घासून.
वीस-पंचवीसवेळा हात धुतो आहे जंतुनाशक लावून.
सहन होत नाही रे, हे मला.'
पण तरीही पूर्ण केलास तू, तुझा ७ दिवसाचा तो दौरा,
मनाला आवरून, स्वत:ला सावरून.।।

पण निरीक्षणच नव्हे तर परीक्षणही करीत होतास तू,
स्वत:च्याच मनाचे, त्या ढासळत्या अवस्थेतही.
दर्शन घेतलेस तू त्या आत्मशोधाच्या संग्रामशील क्षणात,
भुसभुशीत आणि ठिसूळ असलेल्या,
सामान्यत्त्वाच्या पाठीच्या कण्याचे आणि दुर्बल, भेगाळलेल्या संकल्पांचे.
सरड्याची धाव जशी कुंपणापर्यंत,
तशी कुठपर्यंत जाऊ शकते माझी समाजसेवेची झेप?
ह्या प्रश्नाचे निश्चित उत्तर शोधून काढलेस तू,

अर्थात स्वत:पुरते आणि स्वत:साठीच.
जाणीव करुन दिलीस तू स्वत:लाच,
तुझ्या बलस्थानांची आणि मर्मस्थानांची, तुझ्या शक्तीस्थानांची आणि उणीवांची,
तुझ्या भरारीची आणि मर्यादांचीही.
हे साधो, कुठून गोळा केलेस एवढे धैर्य,
स्वत:च्याच मनाकडे इतक्या परखडपणे आणि पारदर्शीपणे पहाण्याचे?
हे साधो, कुठून मिळविलास एवढा कठोर आत्मपरीक्षणाचा प्रामाणिकपणा,
आपल्यातलेच सामान्यत्व आणि असामान्यत्व ह्यातला भेद समजून देणारा?
एवढे मोठे सेवाकार्य उभारूनही,
कुठेच नव्हते शिवाजीरावांचे नाव, त्या आश्रमात.
जणु नामशेष करुन टाकले होते शिवाजीरावांनी स्वत:ला आपल्या अहंकारासकट.
जणु विलीन होऊन गेला होता त्या सेवाकार्यात,
कर्तृत्वाचाच नव्हे तर कर्त्याचाही अहंकार.
तू परत आलास शिवाजीरावांच्या त्या आश्रमातून,
ते आत्मभानाचे आणि निरहंकारितेचे दैवी वरदान घेऊन.।।

कोल्हापूरला गेला होतास तू एकदा
'गोवा हिंदू'च्या नाटकाचा दौरा घेऊन.
रात्रीचा प्रयोग होता.
सकाळी तू पाहिलेस, तर परशुराम सावंत आणि दत्ताराम बापू,
संवाद म्हणत होते, नाटकाची संहिता हातात घेऊन.
'नाटकाचे अडीचशे प्रयोग झाल्यावरही अजून पाठांतर करावे लागते तुम्हाला?'
तू म्हणालास.
दत्ताराम बापू उत्तरले, "तू समजतोस तसे नाही ते रामकृष्णा. अरे आम्ही नट म्हणजे लमाण. इकडचा माल तिकडे पोहचविणारे. लेखकांचे शब्द प्रेक्षकांना नेऊन देणारे. अभ्यास करावा लागतो रे! शब्दांवरील जोराचा, शब्दाशब्दातील आणि वाक्यांमधील अंतराचा, परिच्छेदातल्या अवकाशाचा, स्वरंच्या चढ-उतारांचा, आपल्या आवाजाच्या संकोचाचा आणि प्रक्षेपणाचा. सतत ही साधना करावी लागते. आणि ही केली तरच आम्ही नट, लेखकाचे शब्द अधिक अर्थपूर्णरीत्या आणि भावपूर्णरीत्या ते प्रेक्षकांकडे पोहचवू शकतो. रामकृष्णा, पोटासाठी जरी आम्ही करत असलो हा नाटकाचा धंदा, तरी जाणीव आहे आम्हाला अंतर्यामी, की अभिनय ही एक श्रेष्ठ कला आहे. आणि निष्ठेशिवाय कला प्रसन्न होत नाही."
पाणावले होते तुझे डोळे, त्यांची ती निष्ठा पाहून.।।

हीच कलेची आणि समाजसेवेचीही निष्ठा,
तू रुजवलीस, जोपासलीस आणि जपलीसही
गोवा हिंदूच्या कलाविभागात आणि स्नेहमंदिरात.
म्हणूनच नाटकाचा व्यवसाय, व्यापार, किंवा धंदा केला नाही गोवा हिंदू असोसोएशनने.
वाटचाल करीत राहिली ही संस्था,
अनेकदा आर्थिक नफ्यातोट्याच्या गणिताकडे दुर्लक्ष करून,
कलेच्या सेवेसाठी आणि समाजाच्या सांस्कृतिक उन्नयनासाठी.।।

ह्याच निष्ठेतून लिहिलेस तू पत्र,
गोवा हिंदूच्या तरुण सभासदांसाठी आणि कार्यकर्त्यांसाठी,
जाणीव करून देणारे, त्यांच्या कर्तव्यांची.
पण पटले नाही, रुचले नाही आणि म्हणूनच पचलेही नाही,
तुझे ते पत्र,
नव्या विचारांच्या, नव्या दृष्टीच्या, नव्या कार्यशैलीच्या ह्या नवीन पिढीला.
आरोप केला तुझ्यावरच त्यांनी 'एकाधिकारशाहीचा' व 'आपमतलबीपणाचा.'
समर्पित केली आयुष्यातील ६५ वर्षे ज्याने संस्थेसाठी,
वापरला नाही संस्थेचा एकही पैसा ज्याने स्वत:साठी,
उलट पदरमोड करून स्वत:चीच, ज्याने अहोरात्र काम केले संस्थेसाठी,
सुवर्णाक्षरात नाव कोरून ठेवले संस्थेचे, ज्याने मराठी नाट्यसृष्टीच्या इतिहासाच्या पानांवर,
त्या तुला प्रश्न पडला का रे क्षणभर, ते आरोप ऐकून की
'हेचि काय फळ मम तपाला'?
पण दुसऱ्याच क्षणी मोकळा झालास तू, संस्थेतील तुझ्या पदाचा राजीनामा देऊन.
माफ करून टाकलेस मनाने, सगळ्या सगळ्यांना.
विसर्जित करून टाकलास तुझ्यातला कर्ता आणि मुक्त झालास.।।

आठवतोय आज मला दक्षिणामूर्ति स्तोत्रातील एक श्लोक,
तुझ्या नव्वदाव्या वाढदिवशी तुझे दर्शन घेताना.
'चित्रं वटतरोर्मूले वृद्धाः शिष्याः गुरूर्युवा।
गुरोस्तु मौनं व्याख्यानं, शिष्यास्तुच्छिन्नसंशयाः।।'
तसे म्हटले तर वृद्ध झाला आहेस तू वयाच्या गणनेने
पण कोरून ठेवली आहेस मुद्रा तू, तुझ्या मनावर,
चिरतारुण्याची आणि सेवाव्रताची.
आघात सोसले आहेत अनेक रोगांचे, तुझ्या देहाने.

थकली आहेत तुझी गात्रे, शरीरावर झालेल्या अनेक शस्त्रक्रियांमुळे.
परंतु तरीही आणि आजही,
विलसत आहे तुझ्या मुखावर नेहमीचेच,
चिरतरुण, प्रसन्न आणि प्रेमळ हास्य,
वृद्धत्वावरच नव्हे तर काळावरही मात करत.।।

कधीही मिरवला नाहीस तू अभिमान आपल्या कार्याचा किंवा कर्तृत्वाचा.
फिरला नाहीस कधीही मुलाखती देत किंवा व्याख्याने देत जन्मभर,
आपल्या त्यागाची महत्ता दाखविण्यासाठी.
प्रसिद्धी केलीही नाहीस आणि करवूनही घेतली नाहीस कधी,
स्वतःच्या मोठेपणाची.
करत राहिलास तू तुझे काम, अखंडपणे, अविरतपणे.
जपून ठेवलेस आणि जतन केलेस तू,
तुझ्याच अंतरंगात, समाजसेवेचे सतीचे वाण.
कधी उतला नाहीस, कधी मातला नाहीस,
आणि कधीही घेतला वसा टाकला नाहीस.
'आमार जीवन आमार बानी' हेच तुझे व्याख्यान.
'कर्मण्येवाधिकारऽस्ते' हाच तुझा मंत्र.
'निस्पृहता' आणि 'निःस्वार्थता' हेच तुझे कर्तव्य, प्राप्तव्य आणि गंतव्य.।।

संसारच नव्हे तर जीवने ही सावरलीस तू, अनेक अगतिकांची,
आयुष्यभर स्वतःचा संसार न करता आणि स्वतः एकटा राहून.
उपलब्ध करून दिलीस शिक्षणाची संधी,
दलित वर्गातल्या, मागासलेल्या, आर्थिक दुःस्थितीतल्या हजारो मुलांना.
घडवलेस अनेक पदवीधर, इंजिनिअर्स, डॉक्टर्स, वकील, चार्टड अकाउन्टन्टस्,
दारिद्र्याच्या, अज्ञानाच्या अंधारात ठेचाळणाऱ्या मागास वर्गातल्या मुलांमधून.
तुझे हे मौन, स्वतः आणि स्वतःच्या कार्याविषयी,
तेच झाले आहे, एक माणुसकीचे प्रकाशदायी व्याख्यान,
आम्हा सामान्य जनांसाठी.।।

हे साधो, काय देऊ मी तुला, तुझ्या ह्या वाढदिवसाच्या प्रसंगी?
देता येत काही त्याला, ज्याला 'काहीतरी' हवे असते.
'हवे' असते काहीतरी सतत आम्हाला आमच्या आयुष्यात.

कधीही न संपणारी आहे, आमची हवेपणाची हाव, अगदी मृत्यूपर्यंत.
धावत असतो आम्ही जन्मभर,
संपत्ति, सत्ता, स्त्री, मान-सन्मान, प्रसिद्धी ह्यांच्या मागे.
आणि धापावत थकून जातो, मरून जातो, आम्हाला काही समजण्याच्याही अगोदर.
पूर्ण होतील कधीतरी, आमच्या अनंत वासना आणि अंतहीन लालसा,
ह्या भ्रमात जगत किंवा धडपडत राहातो आम्ही.
आणि कधीतरी संपून जाते आमचे जीवन,
अर्थशून्यतेच्या गटारात, एखाद्या किड्यामुंग्यासारखे.।।

हे साधो, तुला तर काहीच नको आहे ह्यातले.
ना पैसा, ना सत्ता, ना प्रसिद्धी, ना मान.
आणि तरीही किंवा म्हणूनच प्राप्त झाली आहे तुला,
ती शांती, ते समाधान, तो आनंद,
तू स्वत:च पावन करुन घेतलेल्या तुझ्या जीवनगंगेतून.
नमन करतो जेव्हां आपण एखाद्या व्यक्तीच्या चरणांना स्पर्श करून,
तेव्हां सुप्त इच्छा असते खोलवर आपल्या मनात की,
यावेत त्या व्यक्तीचे गुण काही अंशी आपल्यातही,
व्हावे काही अंशी दर्शन आपल्यालाही त्या थोर व्यक्तीच्या अनुभूतिंचे,
ज्ञानाचे आणि धारणेचेही.
उमलावीत त्या व्यक्तिच्या सद्‌विचारांची आणि सत्प्रवृत्तिची काही कमळे,
आपल्या मनाच्या पडीक माळरानावर.
व्हावे थोडेतरी आपण त्यांच्यासारखे.
घडावे थोडेतरी मंगलमय कार्य आपल्या हातून, त्यांच्यासारखेच.।।

वंदन करुन तुझ्या चरणांना,
ह्याच शुद्ध आणि समर्पित भावनेने,
हे साधो, मागतो आहे तुझ्याकडे आम्ही की,
'दे आम्हाला तुझ्यातला थोडातरी निस्पृहपणा
दे आम्हाला तुझ्यातला काही अंशी तरी निस्वार्थीपणा,
आणि दे आम्हाला तुझ्यातील थोडीतरी निरहंकारिता.
हे साधो, घाल आमच्या रिकाम्या ओंजळीत,
जीवन उजळविण्याऱ्या प्रकाश वृत्तींचा प्रसाद.
उजळू दे आमच्याही चेहऱ्यावर,

तुझ्या निर्व्याज, प्रसन्न हास्याची प्रभा.
प्रकटू दे, आमच्याही जीवनातून, तुझा साधेपणा आणि सरळपणा.'
प्रार्थना करतो आज मी ईश्वराकडे, तुझ्यासाठी की,
'होऊ दे निष्कलंक, निष्कंटक आणि निरामय मार्गक्रमण तुझे,
तुझ्या ह्या पुढील आयुष्याच्या प्रवासात.
'शुभास्ते पंथानः सन्तु'
आणि अखंड प्रेरणा मिळत राहो, पुढच्या अनेक पिढ्यांना,
माणसासाठी, समाजासाठी आणि माणुसकीसाठी जगण्याची,
तुझ्या कृतार्थ मंगलमय व्यक्तिमत्त्वातून आणि जीवनातून.'

'जीवेत् शरदः शतम्।'
'जयेत शरदः शतम्।'
नन्देत् शरदः शतम्।'

३/११/२०१७